ஷேக்ஸ்பியர்

(வாழ்க்கை வரலாறு)

ஷேக்ஸ்பியர்

(வாழ்க்கை வரலாறு)

என். சொக்கன்

ZDP
SPECIFICS

Title: William Shakespeare
Author's Name: N Chokkan

Published by ZDP Specifics

ZDP
SPECIFICS

(An imprint of Zero Degree Publishing)
No. 55(7), R Block, 6th Avenue,
Anna Nagar,
Chennai - 600 040

Website: www.zerodegreepublishing.com
E Mail id: zerodegreepublishing@gmail.com
Phone: 89250 61999

ZDP Specifics First Edition: November 2022
ISBN: 978-93-95222-20-4
TITLE NO EP: 32

Cover Design & Layout: Vijayan, Creative Studio

பொருளடக்கம்

முன்னுரை

இலக்கியப் படைப்பு எதுவானாலும், அதன் வெற்றி, தோல்வி உடனடியாக நிர்ணயிக்கப்படுவதில்லை. சமகால ரசிகர்கள் என்னதான் கைதட்டிப் பாராட்டினாலும், விமர்சகர்கள் குத்திக் கிழித்தாலும், ஒரு படைப்பு அல்லது படைப்பாளியின் நிஜமான அங்கீகாரம், அடுத்த அல்லது அதன்பின் வரக்கூடிய தலைமுறைகளின் வாசிப்பில்தான் இருக்கிறது.

இந்தக் கண்ணோட்டத்தோடு பார்க்கும்போது, ஷேக்ஸ்பியர் ஓர் அதிசய எழுத்தாளர்தான். அவருடைய காலகட்டத்தோடு ஒப்பிடும்போது, இப்போது மொழி மாறிவிட்டது, மனிதர்கள் மாறிவிட்டார்கள், உறவுகள் மாறிவிட்டன, உலகமே தலைகீழாக மாறிவிட்டது. என்றாலும், கிட்டத்தட்ட நான்கு நூற்றாண்டுகளாகத் தொடர்ந்து வாசிக்கப்படும் படைப்புகள் அவருடையவை.

'எல்லாக் காலகட்டங்களுக்குமான மனிதர்' என்று ஷேக்ஸ்பியரை பென் ஜான்ஸன் பாராட்டியது முற்றிலும் உண்மை. நம்முடைய கொள்ளுப் பேரன், எள்ளுப் பேத்தி காலத்தில்கூட, ஷேக்ஸ்பியருக்கான விருப்ப வாசகர்கள் பெருகிக்கொண்டேதான் இருப்பார்கள் என்று உறுதியாகச் சொல்லமுடியும்.

ஏனெனில், அவருடைய படைப்புகளும் மனிதர்களும் பொதுவானவர்கள், எந்த நாட்டையோ, சூழலையோ, காலகட்டத்தையோ முன்னிறுத்தாமல், எல்லோரும் தங்களை அதில் உணரும்வண்ணம் அவரது படைப்புகள் உள்ளன. ‘இறுதி ஆட்டம்’ நாடகத்தின் முன்னுரையில் திரு. இந்திரா பார்த்தசாரதி குறிப்பிடுவதுபோல், அவர் முன்வைக்கும் பாத்திரங்கள் ஒவ்வொன்றும், ‘எக்காலத்தவருக்கும் சமகாலத்தவராக *(Contemporary)* இருக்கக்கூடிய மனிதர்கள்.’

அதனால்தான், இன்றைக்கும் ஷேக்ஸ்பியருக்கான தீவிர வாசகர்கள் எல்லா வயதிலும் உள்ளார்கள். அவரைமட்டுமே நடிக்கிற நாடகக் குழுக்கள் உள்ளன, அவரது மேற்கோள்கள் உலகிலேயே மிக அதிகம் பயன்படுத்தப்படுபவையாக உள்ளன, மத நூல்களுக்கு அடுத்தபடியாக, அதிகம் பதிப்பிக்கப்படுகிற, அதிகம் மொழிபெயர்க்கப்படுகிற, அதிகம் விவாதிக்கப்படுகிற நூல்கள், ஷேக்ஸ்பியருடையவைதான்.

ஆனால், ஷேக்ஸ்பியரின் படைப்புகள் அடைந்துள்ள பிரபல்யம், அவருடைய வாழ்க்கைக்குக் கிடைக்கவில்லை. நானூறு ஆண்டு கால ஓட்டத்தில், அவருடைய சொந்த வாழ்க்கை தொடர்பான பல குறிப்புகளை நாம் இழந்துவிட்டோம்.

ஆகவே, ஷேக்ஸ்பியரைப்பற்றி எழுதப்பட்டுள்ள / இனி எழுதப்படும் எந்த வாழ்க்கை வரலாறு நூலையும், நாம் முழுமையானதாகவோ, உறுதியானதாகவோ கொள்ளமுடியாது. கிடைத்துள்ள குறிப்புகள், ஆதாரங்களின் அடிப்படையில், அவருடைய வாழ்க்கையைப் பொருத்திப் பார்க்கும் முயற்சியாகவே இவை அமைகின்றன. உண்மையில், ஷேக்ஸ்பியர் நமக்குத் தந்துள்ள மிக சுவாரஸ்யமான நாடகம் இதுதான்!

இந்நூலும் அதற்கு விதிவிலக்கில்லை. ஷேக்ஸ்பியரின் வாழ்க்கை மற்றும் படைப்புகளை வாசகர்களுக்கு எளிமையாக அறிமுகப்படுத்தும் இந்த நூல், முடிந்தவரை அதுபற்றிய எல்லாக் குறிப்புகள், தகவல்கள், ஊகங்கள், கற்பனைகள், வாதங்களையும் முன்வைக்கிறது. அவற்றைச் சீர்தூக்கி, அதிக சாத்தியம் எதுவாக

இருக்கும் என்பதை விவரிக்க முயன்றுள்ளோம்.

சுருக்கமாகச் சொல்வதானால், சர்ச்சைகள், குழப்பங்களைத் தவிர்த்து, ஷேக்ஸ்பியரின் சொந்த வாழ்க்கை மற்றும் படைப்பாளுமை பற்றிய ஒரு தெளிவான பிம்பத்தை வாசகர்களுக்குத் தருவதே நோக்கம். இந்நூல் அதில் எந்த அளவு வெற்றிபெற்றுள்ளது என்று நீங்கள்தான் சொல்லவேண்டும்.

அது சரி, ஷேக்ஸ்பியரைப் பற்றிப் படித்தால் போதுமா? அவருடைய நாடகங்களையும் படிக்க ஆர்வமாக உள்ளதே என்கிறீர்களா?

ஷேக்ஸ்பியரின் நாடகங்கள், கவிதைகளை நேரடியாக வாசிக்க விரும்புகிறவர்களுக்கு, அவை ஒரே முழுத் தொகுப்பாகக் கிடைக்கின்றன. விலை சுமார் முன்னூறு ரூபாயில் தொடங்கி, பதிப்பின் தரத்துக்கேற்ப ஆயிரக்கணக்கான ரூபாய்கள்வரை நீள்கிறது. ஆனால் ஒரு விஷயம், இந்தப் புத்தகங்களை வாங்கித் திறப்பதற்குமுன், அந்தக் கால ஆங்கில வசனத்தின் கவிதைத்தன்மைக்கு நம்மைத் தயார் செய்துகொண்டுவிடுவது அவசியம்.

அது சிரமமென்றால், ஷேக்ஸ்பியருடைய புகழ்பெற்ற பதினேழு நாடகங்களின் சுருக்கமான வடிவத்தை 'உள்ளங்கையில் ஷேக்ஸ்பியர்' என்ற தலைப்பில் தனி நூலாக எழுதியுள்ளேன். ஆர்வமுள்ளவர்கள் அதை வாசிக்கலாம். அங்கிருந்து ஷேக்ஸ்பியருக்குச் சென்று முழு இன்பத்தைப் பெறலாம்.

என்றும் அன்புடன்,
என். சொக்கன்,
பெங்களூர்.

1

கொஞ்சம் லத்தீன், கொஞ்சம் கிரேக்கம், கொஞ்சம் வாழ்க்கை

'நீ படித்தது போதும்', என்றார் அப்பா, 'வீட்டில் நிலைமை சரியில்லை வில்லியம். செலவு செய்து உன்னை மேலே படிக்கவைப்பதெல்லாம் என்னால் முடியாது. ஆகவே, இந்தப் பள்ளிக்கூடம், பாடத்தையெல்லாம் மறந்துவிட்டு, என்னோடு வந்து தொழில் கற்றுக்கொள்.'

'சரிப்பா', என்று தலையாட்டினான் வில்லியம். அந்த வாக்கியத்தோடு, அவனுடைய பள்ளிப் படிப்பிற்கு ஒரு பெரிய முற்றுப்புள்ளி விழுந்தது.

பள்ளியிலிருந்து நிறுத்தப்பட்டபோது, வில்லியமுக்குப் பதினைந்து வயதுகூட நிறைந்திருக்கவில்லை. அவன் வயதுப் பிள்ளைகளெல்லாம், பள்ளிப் படிப்பை முடித்துவிட்டு, அதன்பின் பெரிய பல்கலைக்கழகங்களில் சேர்ந்து மேற்படிப்பு படித்தார்கள். ஆனால், குடும்ப நிலைமை, அவனுடைய பள்ளிப் படிப்பையே பாதியில் நிறுத்தும்படியாக்கிவிட்டது.

தன்னால் கல்லூரிக்குச் சென்று படிக்கமுடியவில்லையே என்று அந்த வில்லியம் வருந்தினானா, இல்லையா என்று நிச்சயமாகத் தெரியவில்லை. ஆனால், அவனுக்கு பதிலாக, அவனுடைய படைப்புகள் ஒவ்வொன்றும், உலகின் பெருமைமிக்க கல்லூரிகளில், பல்கலைக்கழகங்களில் பாடமாக அரங்கேறியிருக்கின்றன. அவனைவிட பலமடங்கு அதிகம் படித்த மேதைகளெல்லாம், நான்கு நூற்றாண்டுகளாக அவனது படைப்புகளைப் புகழ்ந்து மெய்சிலிர்த்துக்கொண்டிருக்கிறார்கள்.

படிக்காத மேதைகளையும், உழைப்பால் முன்னேறிய உத்தமர்களையும் உலகம் ஏராளமாகக் கண்டிருக்கிறது. ஆனால், பள்ளிப் படிப்பைக்கூட முடிக்கமுடியாத ஒருவர், ஆங்கிலத்தை அழகாகக் கையாள்வதன் உச்சம் என்று புகழத்தக்க கவித்துவமான படைப்புகளை எழுதிக் குவித்தார், இலக்கியவாதிகளிடமும் பாமரர்களிடமும் ஒரே சமயத்தில் பாராட்டுகளை அள்ளிக்கொண்டு, அதன்மூலமே தனது வெற்றிகரமான வாழ்க்கையை அமைத்துக்கொண்டார் என்றும் சொன்னால், அது வில்லியம் ஷேக்ஸ்பியர் *(William Shake-speare)* ஒருவர்தான்.

1564ம் ஆண்டு, கலை, இலக்கிய உலகில் இரண்டு விஷயங்களுக்காகப் புகழ் பெற்றது. இந்த ஆண்டின் பிப்ரவரி மாதத்தில்தான், புகழ்பெற்ற சிற்பக் கலைஞர் மைக்கேல் ஆஞ்சலோ *(Michael Angelo)* மரணமடைந்தார். இரண்டு மாதங்கள் கழித்து, ஏப்ரல் கடைசி வாரத்தில், ஆங்கில நாடகங்களின் முன்னோடிக் கலைஞர்களில் ஒருவரான வில்லியம் ஷேக்ஸ்பியர் பிறந்தார்.

வில்லியம் ஷேக்ஸ்பியர் பிறந்த இடம், லண்டனிலிருந்து சுமார் 120 கிலோமீட்டர் தொலைவில் உள்ள ஸ்ட்ராட்ஃபோர்ட் *(Stratford)* என்ற சிறிய ஊர். அவர் பிறந்த வருடமும் மாதமும் சரியாகத் தெரிந்தபோதும், பிறந்த தேதிமட்டும் யாருக்கும் நிச்சயமாகத் தெரியவில்லை. 1564ம் ஆண்டு ஏப்ரல் 26ம் தேதி அவருக்கு ஞானஸ்நானம் செய்திருக்கிறார்கள், அதற்கான குறிப்புகள்மட்டும் கிடைத்துள்ளன.

அந்தக் காலத்தில், குழந்தைகள் பிறந்து மூன்று நாள்கள் கழித்து ஞானஸ்நானம் செய்வார்கள், இதன் அடிப்படையில் ஷேக்ஸ்பியர் பிறந்தது ஏப்ரல் 23ம் தேதியாக இருக்கலாம் என்று பெரும்பாலான அறிஞர்கள் ஊகிக்கிறார்கள். (இந்த ஊகத்தின் பின்னணியில் இன்னொரு சுவாரஸ்யமான காரணமும் உண்டு. அதை இந்தப் புத்தகத்தின் கடைசிப் பகுதியில் பார்க்கலாம்!)

வில்லியம் ஷேக்ஸ்பியர் பிறந்தபோது, அவருடைய குடும்பம் நன்கு வசதியாகவே இருந்தது. அவருடைய அப்பா ஜான் ஷேக்ஸ்பியருக்கு *(John Shakespeare)*, ஊரில் ரொம்ப நல்ல பெயர். கௌரவத்தோடு, நன்றாகப் பணமும் சேர்த்துவைத்திருந்த அவர், சொந்த வீடு, தொழில் முன்னேற்றம் என்று வளமாக வாழ்ந்துகொண்டிருந்தார்.

ஜான் ஷேக்ஸ்பியரின் மனைவி பெயர் மேரி ஆர்டென் *(Mary Arden)*. இவருடைய அப்பா ஒரு சாதாரண விவசாயிதான். என்றாலும், நல்ல கௌரவமான குடும்பம்.

கை உறைகள், பணப் பை / பர்ஸ் போன்ற தோல் பொருள்களை வியாபாரம் செய்துகொண்டிருந்த ஜான் ஷேக்ஸ்பியர், மேரி ஆர்டெனை மணந்தார். இருவரும் ஸ்ட்ராட்ஃபோர்டில் இணைந்து வாழ்ந்தார்கள்.

அப்போது, ஸ்ட்ராட்ஃபோர்ட் என்பது, சிறிய ஊர்தான். மிஞ்சிப்போனால் சுமார் இரண்டாயிரத்து ஐநூறு பேர்தான் அங்கே வசித்துவந்தார்கள். என்றாலும், நதிக்கரையில் இருந்த காரணத்தால், பிரபலமான ஒரு சந்தைத் தலமாக அந்த ஊர் இருந்தது.

ஜான் ஷேக்ஸ்பியர் - மேரி ஷேக்ஸ்பியர் தம்பதியருக்கு, 1558ம் ஆண்டு 'ஜோன்' *(Joan)* என்ற மகளும், 1562ம் ஆண்டு 'மார்கரெட்' *(Margaret)* என்ற இன்னொரு மகளும் பிறந்தார்கள். ஆனால், இந்த இருவருமே அதிக நாள்கள் உயிர் வாழவில்லை.

அந்தக் காலத்தில், இங்கிலாந்து முழுவதும் ப்ளேக் வியாதியும் பஞ்சமும் பரவியிருந்தது. இதனால், போதுமான நோய் எதிர்ப்புச்

சக்தி இல்லாமல், பல பிஞ்சுக் குழந்தைகள் அகாலமாக மரணமடைந்துகொண்டிருந்தார்கள்.

இரண்டு மகள்களை இழந்த ஜானும் மேரியும், 1564ம் ஆண்டு பிறந்த மகன் வில்லியம் ஷேக்ஸ்பியரை ஆசையோடு கொண்டாடினார்கள், மிகுந்த கவனத்துடன் பார்த்துக்கொண்டார்கள்.

பரப்பளவில் 'இத்தனூண்டு' ஊரான ஸ்ட்ராட்ஃபோர்டை, 'சற்றே பெரிய கிராமம்' என்று வேண்டுமானால் சொல்லலாம். ஆனால், அந்தச் சிற்றூரின் பெருமைக்குரிய பிரபலமான வில்லியம் ஷேக்ஸ்பியர் எந்த வீட்டில் பிறந்தார் என்று யாருக்கும் உறுதியாகத் தெரியவில்லை என்பதுதான் வேடிக்கை.

ஏனெனில், அந்தச் சமயத்தில் ஜான் ஷேக்ஸ்பியருக்குச் சொந்தமாக ஸ்ட்ராட்ஃபோர்டில் பல வீடுகள் இருந்தன. இத்தனை வீடுகளில் அவரும் மேரியும் வசித்தது எங்கே, வில்லியம் பிறந்தது எங்கே என்று எப்படி நிச்சயமாகச் சொல்லமுடியும்? - ராம ஜென்ம பூமிபோல், ஷேக்ஸ்பியர் ஜென்ம பூமியும் நிச்சயமில்லாத குழப்பமாகவே நீடிக்கிறது.

ஆனால், மகன் பிறந்த வேளை, பல பெருமைக்குரிய பதவிகள் ஜான் ஷேக்ஸ்பியரைத் தேடி வந்தன. அதுவரை உள்ளூரில் ஒரு வியாபாரியாகமட்டும் மதிக்கப்பட்டுவந்த அவர், 1566 - 1568ம் ஆண்டுகளில், கொஞ்சம்கொஞ்சமாக ஊர் நிர்வாகத்தில் பங்கேற்கத் தொடங்கினார். இந்தக் காலகட்டத்தில்தான், காவலர், மேயர், நீதிபதிபோன்ற பல பொறுப்புகளை வகித்தார் அவர்.

ஜான் ஷேக்ஸ்பியர், ஸ்ட்ராட்ஃபோர்டில் தோல் பொருள்களைச் செய்து விற்றுக்கொண்டிருந்தார் என்பதுதான் பெரும்பாலான அறிஞர்கள் ஏற்றுக்கொண்டிருக்கும் கருத்து. கூடவே, அவர் வேறு பல தொழில்களிலும் ஈடுபட்டதாகவும் சொல்கிறார்கள். உதாரணமாக, தானிய விற்பனை, மர வியாபாரம், தேவை உள்ளவர்களுக்குக் கடன் கொடுத்து வட்டி வாங்குவது, கம்பளி வியாபாரம் போன்றவை.

இதில், கம்பளி வியாபாரம்தான் ரொம்ப விவகாரமானது. ஏனெனில், அந்தக் காலத்தில், தனியார்கள் கம்பளி வியாபாரம் செய்வதற்குக் கடுமையான தடை அமலில் இருந்தது. கம்பளியை வாங்கி, விற்கிற உரிமை மொத்தமும் அரசாங்கத்துக்குதான் உண்டு.

ஆனால், ஆபத்து ஒருபக்கமிருக்க, இந்த வியாபாரத்தில் ஏகப்பட்ட லாபம் பார்க்கலாம் என்பதால், கள்ளச் சாராயம்போல், திருட்டுத்தனமாகக் கம்பளியை வாங்கி, விற்கிறவர்கள் ஏராளமாக இருந்தார்கள். ஜான் ஷேக்ஸ்பியரும் அந்தத் தொழிலில் ஈடுபட்டிருந்ததாகத் தெரிகிறது.

இதற்காக அவர் பலமுறை காவலர்களிடம் மாட்டி, 1572ம் ஆண்டு, நீதிமன்றத்தில் அபராதமும் செலுத்தியிருக்கிறார். என்றாலும், இந்தத் தொழிலில் பணவரவு அதிகம் என்பதால், மீண்டும் அவர் இதே தவறைத் தொடர்ந்து செய்துகொண்டிருந்தார் - அதாவது, ஒருபக்கம் அரசாங்கப் பதவி. மறுபக்கம், அதற்கு எதிரான திருட்டுத்தனம்.

ரகசியக் கம்பளி வியாபாரத்தின்மூலம், ஜான் ஷேக்ஸ்பியருக்கு ஏகப்பட்ட பணம் குவிந்ததாகச் சொல்லப்படுகிறது. அதைக்கொண்டு பல சொத்துகளை வாங்கிக் குவித்தார் அவர்.

வீட்டிற்கு வெளியில்மட்டுமின்றி, வீட்டினுள்ளும் ஜான் ஷேக்ஸ்பியரின் செல்வம் பெருகிக்கொண்டுதானிருந்தது - 1566ம் ஆண்டு, வில்லியம் ஷேக்ஸ்பியருக்கு கில்பர்ட் (Gilbert) என்ற தம்பி பிறந்தான். அதன்பின் 1569ல் தங்கை ஜோன் (Joan), 1571ல் இன்னொரு தங்கை ஆனி (Anne), 1574ல் ரிச்சர்ட் (Richard), கடைசியாக, 1580ல் எட்மண்ட் (Edmund).

வில்லியம் ஷேக்ஸ்பியரின் ஞானஸ்நானக் குறிப்புகூட கிடைத்துவிட்டது. ஆனால், அவர் முறைப்படி பள்ளிக்கூடத்தில் சேர்ந்து படித்தாரா என்பதற்கான சாட்சி எதுவும் இன்றுவரை கிடைக்கவில்லை.

அவரை விடுங்கள். அவருடைய அப்பா ஜான் ஷேக்ஸ்பியருக்கும்

அம்மா மேரி ஷேக்ஸ்பியருக்குமாவது எழுதப் படிக்கத் தெரியுமா என்று கேட்டால், அதுவும் நிச்சயமாகத் தெரியவில்லை.

ஆனால், இதுபற்றிப் பலவிதமான ஊகங்கள் இருக்கின்றன. ஜான் - மேரி இருவருக்குமே எழுத்து வாசனை இல்லை, அதனால்தான், தங்களுடைய மகன் வில்லியமாவது நன்கு / நிறைய படிக்கவைக்கவேண்டும் என அவர்கள் விரும்பினார்கள் என்று சிலர் சொல்கிறார்கள். வேறு சிலர், மேரிக்கு நன்றாக எழுதப் படிக்கத் தெரியும், ஷேக்ஸ்பியரின் முதல் குருநாதரே அவர்தான் என்கிறார்கள்.

இந்த ஊகங்கள் எவற்றையும் நம்மால் உறுதி செய்துகொள்ளமுடியவில்லை. எனவே, வேறு சில நியாயமான கேள்விகளின் அடிப்படையில்தான் நாம் குத்துமதிப்பாக ஒரு முடிவெடுக்கவேண்டியிருக்கிறது - ஊரிலேயே பெரிய மனிதர் ஜான் ஷேக்ஸ்பியர், அவர் தன்னுடைய முதல் மகனைப் படிக்க அனுப்பாமலா இருந்திருப்பார்? அவருக்குதான் தொழிலில் நல்ல லாபம் வந்துகொண்டிருந்ததே, மகனைப் படிக்கவைக்காமல், வேலைக்கு அனுப்பவேண்டிய அவசியம் அப்போது அவருக்கு இல்லையே?

ஸ்ட்ராட்ஃபோர்டில், ஷேக்ஸ்பியரின் வீட்டுக்குப் பக்கத்திலேயே ஒரு பிரபலமான இலக்கணப் பள்ளி இருந்தது. அங்கே பெரும்பாலும் ஆக்ஸ்ஃபோர்ட்போன்ற பெரிய பல்கலைக்கழகங்களில் படித்துப் பட்டம் பெற்ற திறமைசாலி ஆசிரியர்கள்தான் பணியாற்றிவந்தார்கள்.

ஆகவே, நகர அதிகாரியான ஜான் ஷேக்ஸ்பியர், தன் மகனை அங்கேதான் படிக்க அனுப்பியிருக்கவேண்டும்.

ஆனால், இதுபோன்ற இலக்கணப் பள்ளிகளில் யாரும் நேரடியாகச் சேர்ந்துவிடமுடியாது. அதற்குமுன் ஆங்கிலம் எழுதப் படிக்கத் தெரிந்திருக்கவேண்டும். இதற்காக, ஏழு வயதுவரை வில்லியம் ஷேக்ஸ்பியர் ஒரு சிறார் பள்ளியில் (நர்சரி) சேர்ந்து படித்தார் என்று சிலர் சொல்கிறார்கள்.

அல்லது, நாம் ஏற்கெனவெ பார்த்ததுபோல், வில்லியமின் அம்மா அவருக்கு எழுதப் படிக்கச் சொல்லித்தந்திருக்கலாம்.

போகட்டும். எப்படியோ எழுதப் படிக்கத் தெரிந்துகொண்டு, சுமார் ஏழு வயதில் வில்லியம் ஷேக்ஸ்பியர் ஸ்ட்ராட்ஃபோர்ட் இலக்கணப் பள்ளியில் சேர்ந்தார் என்று வைத்துக்கொள்வோம். அங்கே அவர் அப்படி என்னதான் படித்தார்?

இங்கேயும் நமக்கு உறுதியான தகவல்கள் அதிகம் இல்லை. அந்தக் காலத்து இங்கிலாந்தில் பள்ளிகள் எப்படி நடைபெற்றன, அவற்றில் என்னமாதிரியான பாடங்களெல்லாம் சொல்லித்தந்தார்கள் என்னும் குறிப்புகளைக்கொண்டுதான், ஷேக்ஸ்பியரும் இதையெல்லாம் படித்திருக்கவேண்டும் என்று முடிவுக்கு வரவேண்டியிருக்கிறது.

அப்போதெல்லாம் பள்ளிகள் காலை ஆறிலிருந்து ஏழு மணிக்குள்ளாகவே தொடங்கிவிடுமாம். அதன்பிறகு, மாலை ஐந்து அல்லது ஆறு மணிவரை தொடர்ந்து படிக்கவேண்டியதுதான். இடையிடையே அவ்வப்போது சின்னச்சின்ன இடைவேளைகள் உண்டு. மற்றபடி, நாள்முழுதும் படித்துக்கொண்டே இருக்கவேண்டும்.

ஆங்கிலப் படிப்பு என்று சொன்னாலும், அந்தக் காலத்து ஐரோப்பாவில் லத்தீனுக்குதான் அதிக முக்கியத்துவமும் மரியாதையும் இருந்தது. சட்டம், மருத்துவப் புத்தகங்களில் தொடங்கி, பிறப்பு, இறப்பு விவகாரங்கள்வரை எல்லாமே லத்தீன் மொழியில்தான் எழுதப்பட்டிருந்தன. (ஷேக்ஸ்பியரின் ஞானஸ்நானக் குறிப்புகூட, லத்தீன் மொழியில்தான் இருக்கிறது.)

இதனால், ஐரோப்பாமுழுதும் பள்ளி மாணவர்கள் எல்லோருமே லத்தீன் மொழியில் அதிக கவனம் செலுத்தவேண்டியிருந்தது. அதன்படி, ஷேக்ஸ்பியரும் ஸ்ட்ராட்ஃபோர்ட் இலக்கணப் பள்ளியில் லத்தீன் எழுத, படிக்க, பேசக் கற்றுக்கொண்டார்.

இதுதவிர, அவர் கிரேக்க மொழியும் படித்திருப்பதாகத் தெரிகிறது. 'ஷேக்ஸ்பியருக்குக் கொஞ்சம் லத்தீன் தெரியும்,

அதைவிடக் கொஞ்சமாக கிரேக்க மொழி தெரியும்', என்று ஷேக்ஸ்பியரின் சமகாலத்தவரான பென் ஜான்ஸன் *(Ben Jonson)* எழுதியிருக்கிறார். (ஆனால், இந்தக் கால மொழிப்படிப்புகளோடு ஒப்பிட்டால், அப்போது ஷேக்ஸ்பியர் கற்றுக்கொண்டது ஏராளம் என்றுதான் சொல்லவேண்டும்!)

இப்படிக் 'கொஞ்சமாக' லத்தீனும் கிரேக்க மொழியும் கற்றுக்கொண்ட ஷேக்ஸ்பியர், இந்த இரு மொழிகளிலும் எழுதப்பட்ட இலக்கியங்கள், வரலாற்று நூல்கள், புராணங்கள், இதிகாசக் கதைகள், சிறந்த அறிஞர்களின் தத்துவங்கள், வீரக் கதைகள் போன்றவற்றைப் படித்திருக்கவேண்டும். இதுதான், அவருக்குள் இலக்கிய / நாடக ஆர்வத்தைத் தூண்டிய முதல் படி என்று சொல்லலாம். (பின்னாள்களில் ஷேக்ஸ்பியர் எழுதிய பல பிரபலமான நாடகங்களுக்கான கதைக்கருக்கள், இங்கே அவர் படித்த நூல்களிலிருந்து கிடைத்திருக்கலாம் என ஆய்வாளர்கள் ஊகிக்கிறார்கள்.)

மொழிப்பாடத்தோடு, இலக்கணம், கணிதம், இசை, வானவியல்போன்ற பாடங்களும் நடத்தப்பட்டன. இவற்றை நன்கு படித்து, மனப்பாடம் செய்வதோடு, மாணவர்கள் நல்ல ஒழுக்கத்தோடு இருக்கவேண்டும் என்பதில் தனி கவனம் செலுத்தப்பட்டது.

படிப்பதற்கு ஏராளமான விஷயங்கள் இருந்ததால், நாள்முழுதும் பாடங்கள்தான் கதி. விளையாட்டோ, உடற்பயிற்சியோ எதுவும் கிடையாது. அந்த நேரத்தில் இன்னும் நாலு பாடங்களைப் படிக்கலாம் என்றுதான் மாணவர்களுக்குச் சொல்லித்தரப்பட்டது.

இப்படி வாரத்தில் ஆறு நாள்களுக்குப் பள்ளி உண்டு. மிச்சமிருக்கிற ஞாயிற்றுக்கிழமையிலாவது கொஞ்சம் ஓய்வு எடுக்கலாம் என்று பார்த்தால், அதுவும் முடியாது. ஞாயிற்றுக்கிழமை தவறாமல் சர்ச்சுக்குச் சென்று பிரார்த்தனை செய்தாகவேண்டும். அதையும், ஓர் ஆசிரியர் கண்காணிப்பார். மறுநாள் திங்கள்கிழமை, மீண்டும் பள்ளிக்கூடம் - எப்போதாவது

அபூர்வமாக வருகிற விடுமுறை நாள்களைத்தவிர, வருடம்முழுக்க இதே கதைதான்.

பள்ளியில் செவ்வியல் இலக்கியங்களைப் படித்து அறிந்த ஷேக்ஸ்பியர், வாராந்திரப் பிரார்த்தனைகளின்போது, புனித பைபிளை வாசித்துப் பழகினார், இதுவும் அவருடைய கவித்துவமான மொழிநடை மெருகேறியதற்கு ஒரு முக்கியக் காரணமாகச் சொல்லப்படுகிறது.

ஆனால், இந்த விஷயமெல்லாம் அவருடைய அப்பா ஜான் ஷேக்ஸ்பியருக்குப் புரிந்ததாகத் தெரியவில்லை. அடிப்படையில் சிறந்த வியாபாரியான அவர், பள்ளிப் படிப்பை அவசியமில்லாத ஒரு விஷயமாகக் கருதியிருக்கவேண்டும். ஆகவேதான், குடும்பத்தில் ஒரு பிரச்னை என்றதும், முதல் வேலையாக சட்டென்று தன்னுடைய பிள்ளைகளின் படிப்பை நிறுத்திவிட்டார்.

அப்படி என்ன பிரச்னை?

நாம் ஏற்கெனவே பார்த்ததுபோல், சட்டத்துக்குப் புறம்பான கம்பளி வியாபாரத்தில் ஈடுபட்டுக்கொண்டிருந்தார் ஜான் ஷேக்ஸ்பியர். இதில் அவருக்கு நல்ல பணம் சேர்ந்தது. என்றாலும், அடிக்கடி காவலர்களிடம் சிக்கியதால், ஊருக்குள் அவருக்கிருந்த மரியாதையும் கௌரவமும் குறைபட்டது.

போதாக்குறைக்கு, 1576-77 ஆண்டுகளில் தொடங்கி, இங்கிலாந்து நாட்டின் பொருளாதாரம் கடுமையாகப் பாதிக்கப்பட்டது. முக்கியமாக, கம்பளி வியாபாரத்துக்கு ஏகப்பட்ட சரிவு.

இந்தத் தொழிலை நம்பி, ஊரைச் சுற்றி ஏகப்பட்ட கடன் வாங்கியிருந்தார் ஜான் ஷேக்ஸ்பியர். அந்தப் பணத்தையெல்லாம் நிஜமாகவே தொழில் முன்னேற்றத்துக்குப் பயன்படுத்தினாரோ, அல்லது சொத்துகள் வாங்கிக் குவிப்பதற்கு எடுத்துக்கொண்டாரோ தெரியாது. ஆனால், அவருடைய தொழிலில் நசிவு ஏற்பட்டபின், ஒருகட்டத்தில், கடன்காரர்கள் எல்லோரும் அவருடைய தோளில் துண்டைப் போட்டு நெருக்க ஆரம்பித்தார்கள்.

இந்த விவகாரமெல்லாம், வில்லியம் ஷேக்ஸ்பியருக்குச் சுமார் 12 வயது இருக்கும்போது தொடங்கியது. அதற்குச் சற்றுமுன், 1575ம் ஆண்டில்கூட, புதிதாக இரண்டு வீடுகளை வாங்கிப்போட்டிருந்தார் ஜான் ஷேக்ஸ்பியர். ஆனால், அதன்பிறகு, அவருக்குப் படிப்படியாக இறங்குமுகம்தான். ஒருகாலத்தில் பெரிய பணக்காரராக ஊருக்குள் சுற்றிக்கொண்டிருந்தவருக்கு, இப்போது, வரி கட்டமுடியாமல் அரசாங்கத்திடம் சலுகை கேட்டுக் கெஞ்சவேண்டிய நிலைமை வந்துவிட்டது.

எழுபதுகளின் இறுதியில், கடன் தொல்லை ரொம்ப அதிகமாகிவிட்டதால், தனக்குச் சொந்தமான பல சொத்துகளை விற்க ஆரம்பித்தார் ஜான் ஷேக்ஸ்பியர். இரண்டு அல்லது மூன்று ஆண்டுகளுக்குள், ஒவ்வொன்றாக எல்லாச் சொத்துகளும் அவரை விட்டுச் சென்றுவிட்டன. மிச்சமிருந்தது ஒரே ஒரு வீடுதான்.

அதன்பிறகும், ஜான் ஷேக்ஸ்பியரின் கடன்கள் முழுமையாகத் தீரவில்லை. அவரை நம்பிப் பணம் கொடுத்திருந்தவர்கள், நீதிமன்றத்துக்குச் செல்ல, அவர்மீது பல வழக்குகள் பதிவாயின, ஏராளமான தொகை அபராதமாகச் செலுத்தவேண்டியிருந்தது.

போதாக்குறைக்கு, வேறு பல பிரச்னைகளும் ஜான் ஷேக்ஸ்பியரைத் தேடி வந்து தாக்கின. நகர நிர்வாக அமைப்பின் கூட்டங்களுக்கு அவர் ஒழுங்காக வருவதில்லை என்பதால், அவருடைய பதவி பறிபோனது. வாரம் ஒருமுறை சர்ச்சுக்குக்கூட பிரார்த்தனைக்கு வருவதில்லை என்று பலரும் கோபித்துக்கொண்டார்கள். இதற்காகத் தனியே கடுமையான நடவடிக்கை எடுக்கப்படுகிற அபாயமும் இருந்தது.

ஆனால், இதைப்பற்றியெல்லாம் கவலைப்படக்கூட நேரமில்லாதபடி, அவருடைய தொழிலில் ஏற்பட்டிருந்த இழப்பும், அதுவரை வசதியாக வாழ்ந்துவந்த குடும்பத்தின் பொருளாதார நிலைமையில் உண்டாகிவிட்ட சரிவும் ஜான் ஷேக்ஸ்பியரை மிகவும் பாதித்திருந்தது. அவருடைய வெளி உலக நடவடிக்கைகளே வெகுவாகக் குறைந்துவிட்டன. எந்நேரமும் வீட்டுக்குள்ளேயே முடங்கிக் கிடக்க ஆரம்பித்தார்.

ஜான் ஷேக்ஸ்பியர் கடுமையான மன உளைச்சலுக்கு ஆளாகியிருந்த இந்தச் சூழ்நிலையில்தான், வில்லியம் உள்பட, தமது பிள்ளைகள் எல்லோரையும் அவர் பள்ளியிலிருந்து நிறுத்திவிட்டார்.

சுமார் பதினான்கு வயதில் பள்ளியிலிருந்து விலகிய வில்லியம், அதன்பிறகு தமது அப்பாவுக்கு உதவியாக, தோல் பொருள்கள் விற்பனையில் இறங்கிவிட்டார் என்று சொல்லப்படுகிறது. ஆனால், இதற்கும் நிச்சயமான ஆதாரங்கள் இல்லை.

ஷேக்ஸ்பியரின் வாழ்க்கையில், நமக்கு இன்றுவரை தெளிவாகத் தெரியாத முதல் காலகட்டம் இது. 1578முதல், 1582வரை, ஷேக்ஸ்பியர் என்ன செய்தார், என்ன ஆனார் என்று யாருக்குமே தெரியவில்லை.

ஜான் ஷேக்ஸ்பியர் தன் மகனை வலுக்கட்டாயமாகப் பள்ளியிலிருந்து நிறுத்தியது உண்மையானால், அவர் கண்டிப்பாக அவனைத் தனது தொழிலில் உதவிக்கு அழைத்துக் கொண்டிருக்கவேண்டும். ஏனெனில், ஸ்ட்ராட்ஃபோர்ட் இலக்கணப் பள்ளியில், ஜான் ஷேக்ஸ்பியர்போன்ற நகர அதிகாரிகளின் பிள்ளைகளுக்கு எந்தக் கட்டணமும் கிடையாது. ஆகவே, பணம் செலவழிக்கமுடியாமல் அவர் வில்லியமின் படிப்பை நிறுத்தியிருக்க வாய்ப்புகள் குறைவு.

ஆகவே, பள்ளியிலிருந்து நின்றபின், வில்லியமும் ஜான் ஷேக்ஸ்பியரிடம் தொழில் கற்றுக்கொண்டு ஒரு குட்டித் தொழிலதிபராகிவிட்டார் என்றுதான் பெரும்பாலான ஆய்வாளர்கள் ஊகித்துள்ளார்கள். இதற்கு ஆதாரமாக, அவர்கள் சில விஷயங்களைச் சொல்கிறார்கள்.

முதலாவதாக, ஷேக்ஸ்பியரின் பிற்காலப் படைப்புகள் சிலவற்றில், பல நுணுக்கமான வியாபாரக் குறிப்புகள் வருகின்றன. இவையெல்லாம், அவர் சிறுவயதில் கற்றுக்கொண்ட விஷயங்களாக இருப்பதற்கு வாய்ப்பு உண்டு.

அடுத்து, பிரபலமான நாடக ஆசிரியரானபின், நன்றாகச் சம்பாதித்த ஷேக்ஸ்பியர், அந்தப் பணத்தையெல்லாம் சும்மா செலவழித்துத் தீர்த்துவிடவில்லை. சரியான முறையில், நன்கு லாபம் வரக்கூடிய வகைகளில் அவற்றை முதலீடு செய்து, அதிலும் ஏராளமாகச் சம்பாதித்தார் அவர். இப்படித் தன்னுடைய பணத்தை புத்திசாலித்தனமாகப் பெருக்கும் நுட்பம், எல்லோருக்கும் சுலபத்தில் கைவந்துவிடாது. அதற்கு, ஒரு வியாபார புத்தி தேவைப்படுகிறது.

- இதுபோன்ற பல அலசல்களின் அடிப்படையில், ஷேக்ஸ்பியர் அவருடைய அப்பாவிற்குக்கீழே பணிபுரிந்து, தொழில் கற்றுக்கொண்டார் என்று ஊகங்கள் நிலவுகின்றன. இவற்றுக்கு எந்த நிச்சயமான ஆதாரமும் இல்லை.

இதேபோல், ஆதாரமற்ற வேறு சில ஊகங்களும் உண்டு. அவற்றில் மிக சுவாரஸ்யமான ஒன்று, ஷேக்ஸ்பியர் ஒரு கசாப்புக் கடையில் வேலை செய்தார் என்பதுதான். இப்படிச் சொல்வதோடு நிறுத்திக்கொள்ளாமல், கசாப்புக் கடையில் அவர் எப்படி ஆடு வெட்டுவார் என்பதைக்கூட நாடகத்தனமாக நீட்டி முழக்கி வதந்தி கிளப்பியிருக்கிறார் ஒரு புண்ணியவான்.

பின்னாள்களில் சிறந்த நாடக ஆசிரியராகப் புகழ்பெற்ற ஷேக்ஸ்பியருக்கு, இளம் வயதில் அந்த ஆர்வமும் நாடக உலகத் தொடர்பும் எப்படி ஏற்பட்டது என்பது நிச்சயமில்லாத விஷயமாகவே இருக்கிறது. நாம் முன்பே பார்த்ததுபோல், பள்ளி நாள்களில் வாசித்த சுவாரஸ்யமான கதைகள்தான், ஷேக்ஸ்பியருக்குள் 'கதை சொல்லும்' ஆசையைத் தூண்டியது என்று கூறலாம். ஆனால், அதன்பின், அதையே ஒரு முழு நேரத் தொழிலாகச் செய்துகொள்ளுமளவுக்கு அந்த ஆசையை அவர் வளர்த்துக்கொண்டது எப்படி?

இதைப்பற்றியும் ஒரு சுவையான தகவல் உண்டு. அந்தக் காலத்தில், ஸ்ட்ராட்ஃபோர்டுக்கு ஏராளமான நாடகக் குழுக்கள் சுற்றுப்பயணமாக வந்துகொண்டிருந்தன. இந்தக் குழுக்கள், உள்ளூரில் நாடகம் நடத்தவேண்டுமானால், நகர

அதிகாரிகளிடம் அனுமதி / உரிமம் வாங்கவேண்டும்.

இதனால், இதுபோன்ற நாடகக் குழுக்கள் பெரும்பாலானவை, நகர அலுவலர்களில் ஒருவரான ஜான் ஷேக்ஸ்பியரை அடிக்கடி சந்திக்கவேண்டியிருந்தது. இதன்மூலம், அவருக்கும் அவருடைய மகன் வில்லியம் ஷேக்ஸ்பியருக்கும் நாடக உலகைச் சேர்ந்தவர்களிடம் நெருங்கிப் பழகுகிற வாய்ப்புகள் கிடைத்தன.

இந்தப் பழக்கம்தான், இளைஞன் வில்லியமின் மனத்தில் நாடக ஆர்வத்தைத் தூண்டியிருக்கவேண்டும். பின்னர், சரியான ஒரு வாய்ப்புக் கிடைத்தபோது, ஸ்ட்ராட்ஃபோர்டிலிருந்து லண்டனுக்குக் கிளம்பிவிட்டான் அவன்.

அதைப்பற்றிப் பின்னால் விரிவாகப் பார்க்கலாம். இப்போது, வில்லியம் பள்ளியிலிருந்து விலகி, தன் அப்பாவுக்கு உதவியாகவோ, அல்லது வேறு எங்கோ பணிபுரிந்துகொண்டிருந்த காலகட்டத்துக்குத் திரும்புவோம்.

1579ம் ஆண்டு, வில்லியமின் வாழ்க்கையில் ஓர் எதிர்பாராத சோகம் - அவனுடைய தங்கை ஆனி மரணமடைந்தாள்.

ஏற்கெனவே இரண்டு மகள்களை இழந்த துயர அனுபவம் ஜான் ஷேக்ஸ்பியருக்கு உண்டு. என்றாலும், நினைவு தெரிந்தபின் சந்திக்கிற முதல் மரணம் என்பதால், இந்த இழப்பு, வில்லியம் ஷேக்ஸ்பியரைக் கொஞ்சம் உலுக்கிப்போட்டு, ஆழமான பாதிப்பை உண்டாக்கிவிட்டது.

ஒரே நேரத்தில் வறுமையும் சோகமும் பொங்கிய இந்த நிலைமையிலிருந்து, ஜான் ஷேக்ஸ்பியரின் குடும்பம் எப்படி வெளியேறி வந்தது என்பதுபற்றி நிச்சயமாகத் தெரியவில்லை. வில்லியம் ஷேக்ஸ்பியரின் வாழ்க்கையில் நமக்குக் கிடைக்கும் அடுத்த குறிப்பு, அவருடைய திருமணத்தைப்பற்றியதுதான்.

அதுவும் சாதாரணக் கல்யாணமில்லை. சரியான கலாட்டாக் கல்யாணம்!

2

அரங்கேற்றம்

ஜான் ஷேக்ஸ்பியர் குடும்பம் வசித்த ஸ்ட்ராட்ஃபோர்டிலிருந்து, சுமார் ஒரு மைல் தூரத்தில் ஷாட்டெரி *(Shottery)* என்ற சிறிய கிராமம் இருந்தது. ஸ்ட்ராட்ஃபோர்டிலிருந்து கொஞ்சம் வேகமாக நடையை எட்டிப்போட்டால், வியர்வை துளிர்ப்பதற்குள் ஷாட்டெரிக்குச் சென்று சேர்ந்துவிடலாம்.

பதினெட்டு வயது இளைஞரான வில்லியம் ஷேக்ஸ்பியர், அப்படி அடிக்கடி நடந்திருக்கவேண்டும். அப்படியொரு நடைப் பயணத்தில்தான், அவர் ஆனியைச் சந்தித்தார்.

ஷாட்டெரி கிராமத்தைச் சேர்ந்த ஆனியின் முழுப் பெயர், ஆனி ஹாத்தவே *(Anne Hathaway)*. அவருடைய அப்பா, அம்மா இருவரும் உயிரோடு இல்லை. ஆகவே, தற்சமயம் அவர் தமது சகோதரரின் பண்ணை வீட்டில் வாழ்ந்துவந்தார்.

அந்தக் காலத்திலெல்லாம், பெண்களுக்கு, அதுவும் குறிப்பாக கிராமத்துப் பெண்களுக்கு மிக இளம் வயதிலேயே திருமணம்

செய்துவைத்துவிடுவார்கள். ஆனால், பெற்றோர் இருவரையும் இழந்துவிட்ட ஆனிக்கு, இருபத்தாறு வயதுவரை திருமணம் நடக்கவில்லை. ஆகவே, அக்கம்பக்கத்தில் பலரும் குற்றம் பேசிக்கொண்டிருந்தார்கள்.

இந்த நிலைமையில்தான் வில்லியமும் ஆனியும் சந்தித்தார்கள். ஆனிக்கு, வில்லியமைவிட எட்டு வயது கூடுதல். (ஆனிக்கு இருபத்தாறு, வில்லியமுக்குப் பதினெட்டு!)

ஆகவே, இவர்களுடைய காதல், ஊருக்குள் மேலும் பரபரப்பைக் கிளப்பியது.

போதாக்குறைக்கு, வில்லியமுடன் கொண்ட காதல் நெருக்கத்தால், ஆனி கர்ப்பமாகிவிட்டார். இந்த விஷயம் வெளியே தெரிந்தால் அநாவசியமாகப் பிரச்னை என்று நினைத்து, அவசரமாகத் திருமண ஏற்பாடுகளைத் தொடங்கினார்கள்.

இந்த கலாட்டாவெல்லாம் நடைபெற்றது 1582 நவம்பரில். அப்போதெல்லாம், டிசம்பர், ஜனவரி மாதங்களில் அவ்வளவாகத் திருமணங்கள் நடைபெறாது. ஆகவே, அவசரகதியில் வில்லியம் - ஆனி இருவருக்கும் திருமண அனுமதி பெறப்பட்டது.

1582ம் ஆண்டு, நவம்பர் மாதம் 28ம் தேதி, முறைப்படி வில்லியம் ஷேக்ஸ்பியரின் மனைவியானார் ஆனி.

இவர்களின் திருமணம், மாப்பிள்ளை ஊரிலோ, மணப்பெண்ணின் ஊரிலோ நடக்கவில்லை. அநாவசியமான சலசலப்புகள், வம்புப் பேச்சுளைத் தவிர்ப்பதற்காக, ஸ்ட்ராட்ஃபோர்டிலிருந்து சுமார் ஐந்து மைல் தொலைவிலிருந்த டெம்பிள் க்ராஃப்டன் (Temple Grafton) என்ற இடத்தில் நடைபெற்றது.

அப்போது வில்லியமுக்கு இருபத்தொரு வயதுகூட நிறைந்திருக்கவில்லை. ஆகவே, கிட்டத்தட்ட, அவருடைய அப்பா ஜான் ஷேக்ஸ்பியரின் ஒப்புதலுடன் நடைபெற்ற குழந்தைத் திருமணம்தான் அது.

இதுதவிர, வில்லியமின் இந்த 'திடீர்' திருமணம் தொடர்பாக ஏகப்பட்ட குழப்பங்கள், வதந்திகள், ஊகங்கள், கேள்விகள் உண்டு.

முதலாவதாக, வில்லியம் ஷேக்ஸ்பியரின் திருமணப் பதிவைப் பார்த்தால், மணப்பெண்ணின் பெயர், முதலில் 'ஆனி வாட்லே' *(Anne Whateley)* என்று இருக்கிறது. பிறகுதான் அது 'ஆனி ஹாத்தவே' என்று மாறியுள்ளது.

இந்தக் குழப்பம் எப்படி நேர்ந்தது என்று விசாரித்தால், ஆளுக்கு ஒரு பதிலைச் சொல்கிறார்கள்.

இதில் பெரும்பாலானோர் ஏற்றுக்கொள்கிற, தர்க்கரீதியில் சரியானதாகத் தோன்றுகிற விளக்கம் இதுதான் - வில்லியம், ஆனியின் திருமணத்தைப் பதிவு செய்த அலுவலர், கொஞ்சம் தூக்கக் கலக்கத்தில் இருந்திருக்கவேண்டும், அல்லது அன்றைக்கு அவருக்கு அதீத வேலைப்பளு, அல்லது, திருமணத்தை முன்னிட்டு லேசாக 'அருந்தி'யிருந்தாரோ என்னவோ, மணப்பெண்ணின் பெயரைத் தவறாகப் பதிந்துவிட்டார்.

இந்த வாதத்துக்குச் சாட்சியாக, அதே திருமணப் படிவத்தில், அவர் செய்துள்ள வேறு சில பிழைகளையும் சுட்டிக்காட்டுகிறார்கள். இப்படி அதிகாரபூர்வமான படிவத்திலேயே ஏகப்பட்ட தப்புகள் செய்தவர், அதேபோல் பெண்ணின் பெயரையும் மாற்றி எழுதியிருக்கலாம் என்பது இவர்களுடைய கட்சி.

ஆனால், இதைப் பிடிவாதமாக மறுக்கிற எதிர்க்கட்சிகள், ஷேக்ஸ்பியரின் மணவாழ்க்கை சந்தோஷமானதாக இல்லை என்று வாதிடுகிறார்கள். ஏனெனில், ஷேக்ஸ்பியரின் நாடக வாழ்க்கையும் வெற்றிகளும் புகழ் சேர்த்ததும் பணம் குவித்ததும் - இப்படி எல்லாமே லண்டனில்தான் நடைபெற்றது. ஆனால், இந்தச் சொத்து, சுகங்களையெல்லாம் அனுபவிப்பதற்கு அவருடைய மனைவி ஆனி ஷேக்ஸ்பியர் அவருடன் இல்லை. ஏனெனில், கடைசிவரை ஆனி ஸ்ட்ராட்ஃபோர்டைவிட்டு

வெளியே எங்கும் வரவில்லை. அவர்கள் நெடுங்காலத்துக்கு ஒருவரை ஒருவர் பிரிந்துதான் வாழ்ந்தார்கள்.

ஆகவே, வில்லியம் ஷேக்ஸ்பியர் தன்னுடைய சொந்த விருப்பமில்லாமல்தான் இந்தத் திருமணத்தினுள் தள்ளப்பட்டார் என்பது இந்தக் கட்சியின் வாதம்.

வேறு சிலர், இன்னும் ஒரு படி மேலே போய், வில்லியம் ஷேக்ஸ்பியர் 'ஆனி வாட்லே' என்ற இன்னொரு பெண்ணைக் காதலித்தார் என்றுகூட சொல்கிறார்கள். அவரோடுதான் ஷேக்ஸ்பியருக்குத் திருமணம் நிச்சயிக்கப்பட்டதாம். ஆனால், அந்தத் திருமணம் நடப்பதற்குள், வில்லியம் இன்னொரு 'ஆனி'யிடம் அத்துமீறிவிட, அவர் கர்ப்பமாக இருக்கும் விஷயம் வெளியே தெரிந்ததும், வேறு வழியில்லாமல், வில்லியம் 'ஆனி வாட்லே'க்கு பதிலாக, 'ஆனி ஹாத்தவே'வுக்கு மோதிரம் மாட்டவேண்டியதாகிவிட்டது.

கேட்பதற்கு சினிமாக் கதைபோலத் தெரியும் இந்த ஊகத்துக்குக் கொஞ்சமும் ஆதாரங்கள் இல்லை. என்றாலும், ஒரு கோஷ்டியினர் இதுதான் சத்தியம் என்று நானூறு ஆண்டுகளாக கற்பூரம் அணைத்துக்கொண்டிருக்கிறார்கள்.

இந்த வாதத்துக்கு எதிராக, வேறொரு சினிமாக் கதையும் உண்டு - வில்லியம் ஷேக்ஸ்பியர் என்று இரண்டு பேர் இருந்தார்களாம், அவர்களில் ஒருவர் 'ஆனி வாட்லே'வையும், இன்னொருவர் 'ஆனி ஹாத்தவே'வையும் திருமணம் செய்துகொண்டார்களாம்.

இப்படி ஆளுக்கு ஆள் விதண்டாவாதம் பேசிக்கொண்டிருப்பதால், வில்லியம் ஷேக்ஸ்பியரின் திருமணம், இன்றுவரை ஒரு புரியாத புதிராகவே நீடிக்கிறது. நிஜமாகவே அவர் ஆனியுடன் சந்தோஷமாகச் சேர்ந்து வாழ்ந்தாரா, இல்லையா என்று இன்னும் நிச்சயமாகத் தெரியவில்லை.

ஆனால், மிக இளம் வயதில் நடைபெற்ற இந்தத் திருமணம் ஷேக்ஸ்பியரின் வாழ்க்கையை ரொம்பவே பாதித்துவிட்டது என்றுதான் பல ஆய்வாளர்கள் சொல்கிறார்கள். ஏனெனில்,

பள்ளிப் படிப்பைப் பாதியில் நிறுத்தியாகிவிட்டது, அப்பாவின் தொழிலில் இப்போதுதான் கொஞ்சமாக அனுபவம் சேர்ந்திருக்கிறது. ஆனால், அதெல்லாம் போதுமா என்று தெரியாத நிலைமை. போதாவிட்டால், வேலையில்லாத் திண்டாட்டம், பணக்கஷ்டம்.

இப்படி எதிர்காலமே கேள்விக்குறியாக இருக்கையில், ஒரு பெண்ணைத் திருமணம் செய்துகொண்டு, குழந்தை பெற்றுக்கொண்டு, அவர்களுக்கும் சேர்த்து சம்பாதிக்கவேண்டும் என்று டன் கணக்கில் பொறுப்பு கூடினால், அது யாருக்குதான் சந்தோஷம் அளிக்கும்?

இந்த சமயத்தில் வில்லியம் ஷேக்ஸ்பியரின் நாடக / கலை உலக ஆர்வம் எந்த அளவு இருந்தது என்றும் நமக்கு உறுதியாகத் தெரியவில்லை. கலைத்துறையின்மீது ஆர்வம் கொண்டு, நாடகங்களில் தீவிரமாகப் பங்குபெற்றுக்கொண்டிருந்த ஷேக்ஸ்பியரை, வலுக்கட்டாயமாக குடும்ப வலையில் தள்ளியது இந்தத் திருமணம்தானா? இப்படி திடுதிப்பென்று திருமணம் செய்துகொண்டு குடும்பஸ்தனாகாவிட்டால், அவர் இன்னும் அதிகம் சாதித்திருப்பாரோ?

இப்படிச் சிலர் கேள்வி எழுப்பும்போது, வேறு சில அறிஞர்கள், ஆனி ஹாத்தவேதான் வில்லியம் ஷேக்ஸ்பியரின் கலை ஆர்வத்துக்கு மிகப் பெரிய தூண்டுகோலாக இருந்தார் என்றும் சொல்கிறார்கள். அதுவரை இலக்கில்லாமல் சுற்றிக்கொண்டிருந்த வில்லியம், ஆனியைக் காதலிக்கத் தொடங்கியபிறகுதான், கவிதை எழுதத் தொடங்கினாராம். திருமணத்துக்குப்பிறகும், வில்லியமின் நாடக ஆர்வத்துக்கு, ஆனி தடை எதுவும் போடவில்லை என்று சொல்லப்படுகிறது.

எது எப்படியோ, திருமணம் நடைபெற்றுவிட்டது. ஆனி ஷேக்ஸ்பியராக, வில்லியமுடன் குடும்பம் நடத்தத் தொடங்கி விட்டார் ஆனி.

1583ம் ஆண்டு மே மாதம், வில்லியம் ஷேக்ஸ்பியர் - ஆனி

ஷேக்ஸ்பியர் தம்பதியினரின் முதல் மகள் சுஸன்னா (*Susanna*) பிறந்தாள். பின்னர், இரண்டு வருடங்கள் கழித்து, 1585 பிப்ரவரியில், அவர்களுக்கு இரட்டைக் குழந்தைகள் பிறந்தார்கள் - ஒரு பையன், ஒரு பெண்!

தமது நெடுநாள் நண்பர்களான ஹாம்னெட் மற்றும் ஜூடித் சாட்லரின் (*Hamnet & Judith Sadler*) பெயர்களையே, தனது மகனுக்கும் மகளுக்கும் சூட்டுவதாக வில்லியம் ஷேக்ஸ்பியர் முடிவுசெய்தார். இதன்படி, அவருடைய மகனுக்கு 'ஹாம்னெட்' என்றும், மகளுக்கு 'ஜூடித்' என்றும் பெயர் வைக்கப்பட்டது. (இங்கே ஒரு கொசுறுச் செய்தி, இந்த மரியாதைக்கு பதிலாக, ஹாம்னெட் & ஜூடித் சாட்லர் தம்பதியினர், 1598ல் பிறந்த தங்களுடைய மகனுக்கு, 'வில்லியம்' என்று பெயர் சூட்டினார்கள்!)

1585ல், ஷேக்ஸ்பியருக்கு இரட்டைக் குழந்தைகள் பிறந்தார்கள் என்று பார்த்தோம். ஆனால் அதன்பின், அவருடைய வாழ்க்கையில் மீண்டும் ஒரு திரை விழுந்துவிடுகிறது. அப்போதிலிருந்து, கிட்டத்தட்ட ஏழு ஆண்டுகளுக்கு (1592ம் ஆண்டுவரை), அவர் என்ன ஆனார், எங்கே போனார், என்ன செய்தார் என்று யாருக்கும் தெரியவில்லை.

அதாவது, வில்லியம் ஷேக்ஸ்பியர் என்ற ஒருவர், ஸ்ட்ராட்ஃபோர்டில் குடும்பஸ்தராக இருந்தது நிஜம். அதன்பிறகு, திடுதிப்பென்று ஒருநாள் லண்டனில் பெரிய நாடக ஆசிரியராக அறியப்பட்டதும் நிஜம். ஆனால், இதற்கு இடையில் அவர் என்ன செய்தார் என்பதுபற்றி எந்தத் தகவலும் இல்லை, குறிப்புகள் இல்லை, ஆதாரங்கள் இல்லவே இல்லை.

ஆகவே, வழக்கம்போல, ஆய்வாளர்களும் ஆர்வலர்களும் பல ஊகங்களை அவிழ்த்துவிடுகிறார்கள்.

அவற்றை விளக்கமாகப் பார்க்குமுன், ஒரு விஷயத்தைச் சொல்லிவிடவேண்டும். மேற்கண்டபடி, 1592ம் ஆண்டு வில்லியம் ஷேக்ஸ்பியரைப்பற்றி நமக்குக் கிடைத்துள்ள முதல்

குறிப்பை ஆராய்ந்தால், அப்போது அவர் லண்டனில் ஒரு மிகப் பிரபலமான நாடக ஆசிரியராக இருந்திருப்பது தெரிகிறது. ஏனெனில், ஷேக்ஸ்பியரைப்பற்றிக் குறிப்பு எழுதிவைத்துள்ள புண்ணியவான் (இவரும் ஒரு நாடக ஆசிரியர்தான்!), அவரைப் பொறாமையில் கண்டபடி திட்டித் தீர்த்துள்ளார்.

அந்தப் பெரிய மனிதர் அப்படி என்னதான் சொன்னார் என்பதைப்பற்றிப் பின்னால் விரிவாகப் பார்க்கலாம், இப்போது மறுபடி ஷேக்ஸ்பியருக்குத் திரும்புவோம்.

திருமணத்துக்குப்பின் ஸ்ட்ராட்ஃபோர்டிலேயே தன் மனைவியுடன் வாழ்ந்த வில்லியம் ஷேக்ஸ்பியருக்கு, மூன்று குழந்தைகள் பிறந்தன. இந்தக் காலகட்டத்தில், அவர் குடும்பச் செலவுகளைச் சமாளிப்பதற்கு என்ன வேலைகளெல்லாம் செய்தார் என்று உறுதியாகச் சொல்வதற்கில்லை. நாம் ஏற்கெனவே பார்த்ததுபோல், அவருடைய அப்பாவுக்கு உதவுவதிலோ, அல்லது வேறு தொழில்களைக் கற்றுக்கொள்வதிலோ அவர் தனது நேரத்தைச் செலவிட்டிருக்கக்கூடும்.

அப்பா ஜான் ஷேக்ஸ்பியரைப்போலவே, வில்லியமும் சட்டத்துக்கு எதிரான கம்பளி வியாபாரத்தில் ஈடுபட்டார் என்று சொல்லப்படுகிறது. நாம் ஏற்கெனவே பார்த்ததுபோல், அவர் கசாப்புக் கடையில் வேலை பார்த்ததாகக்கூட சொல்கிறார்கள். எப்படியோ, ஐந்து பேராகிவிட்ட குடும்பத்துக்காக, பணம் சம்பாதிப்பதில் மும்முரமாக இருந்திருப்பார் அவர்.

ஆனால், எத்தனை நாளைக்குதான் இப்படி இருக்கமுடியும்? வாழ்க்கையில் ஒரு மாற்றம் வேண்டாமா? முன்னேற்றம் வேண்டாமா? எதையாவது பெரிதாக சாதிக்கவேண்டாமா?

- இப்படியெல்லாம் நினைத்த ஷேக்ஸ்பியருக்கு, ஒரு விஷயம்தான் சட்டென்று நினைவுக்கு வந்தது - நாடகங்கள்!

அப்போதெல்லாம் ஸ்ட்ராஃட்போர்டுக்குப் பல நாடகக் குழுக்கள் வந்துபோய்க்கொண்டிருந்தன. உள்ளூரிலும் சில நாடகக் குழுக்கள் உண்டு. அவை நடத்தும் நாடகங்களையெல்லாம்

பார்த்து, அதில் ஆர்வம் கொண்டிருந்த ஷேக்ஸ்பியர், தானும் அந்த உலகில் பங்கேற்கவேண்டும் என்று விரும்பினார்.

இதற்கு ஏற்றாற்போல், நகர அதிகாரியாக இருந்த அவருடைய அப்பா ஜான் ஷேக்ஸ்பியரிடம், உள்ளூருக்கு வரும் நாடகக் குழு அமைப்பாளர்கள், நடிகர்களெல்லாம் நன்கு பழகிக்கொண்டிருந்தார்கள். ஆகவே, வில்லியமுக்கும் அந்தத் துறை சார்ந்த சில தொடர்புகள் உண்டாகியிருக்க சாத்தியம் உண்டு.

இப்படிச் சில நாடகக் குழுக்களுடன் நெருங்கிப் பழகிய வில்லியம் ஷேக்ஸ்பியர், தானும் கலைத்துறையில் புகழ் பெற விரும்பினார். ஆகவே, அவர்கள் உள்ளூர் நாடகங்களையெல்லாம் முடித்துவிட்டு, மூட்டையைக் கட்டிக்கொண்டு கிளம்பியபோது, அவர்களோடு சேர்ந்துகொண்டு, ஸ்ட்ராட்ஃபோர்டைவிட்டு அவரும் லண்டனுக்குச் சென்றுவிட்டார் என்று நம்பப்படுகிறது.

இது ஒரு கோணம்தான். இதோடு கொஞ்சமும் சம்பந்தமில்லாத வேறு பல ஊகங்களும் உலவுகின்றன.

அவற்றுள் முக்கியமான ஒன்று, வில்லியம் ஷேக்ஸ்பியர் தவறான சேர்க்கையால், சட்டத்துக்குப் புறம்பான மான் வேட்டையில் ஈடுபட்டார் என்பதுதான். 1709ம் ஆண்டு, முதன்முதலாக ஷேக்ஸ்பியரின் வாழ்க்கை வரலாறை எழுதிய நிக்கோலஸ் ரோவ்(*Nicholas Rowe*)கூட, இந்த மான் வேட்டை விவகாரத்தைக் குறிப்பிட்டுள்ளார்.

ஸ்ட்ராட்ஃபோர்ட் வட்டாரங்களில், அதுவும் குறிப்பாக தனியார் தோட்டங்களில் மான்கள், முயல்கள் போன்றவற்றை வேட்டையாடுவது தடை செய்யப்பட்டிருந்தது. என்றாலும், பணத்துக்காகப் பலரும் இந்தத் திருட்டுத்தனத்தில் ஈடுபட்டுவந்தார்கள்.

இந்தக் கும்பலுடன்தான் ஷேக்ஸ்பியருக்கு சகவாசம் ஏற்பட்டதாக சொல்லப்படுகிறது. அவர்களோடு சேர்ந்துகொண்டு, அவரும் வேட்டையில் இறங்கினார். சில சமயங்களில் காவலர்களிடம் மாட்டிக்கொண்டதும் உண்டு.

ஆனால், அப்போதெல்லாம் பெரிய பிரச்னை எதுவும் ஏற்படவில்லை. இந்தக் குற்றங்களுக்கு, மிஞ்சிப்போனால், சில சவுக்கடிகளோ, அல்லது ஒன்றிரண்டு நாள் சிறை தண்டனையோ விதிக்கப்படுவதோடு சரி.

பின்னர் ஒருநாள், உள்ளூர் நீதிபதியான சர் தாமஸ் லூஸி *(Sir Thomas Lucy)* என்பவரின் தோட்டத்தில் இந்தக் கும்பல் கைவரிசையைக் காட்டியபோதுதான், எல்லோரும் மொத்தமாக சிக்கிக்கொண்டார்கள்.

வில்லியம் ஷேக்ஸ்பியர் உள்பட அனைவரின்மீதும் கடுமையான சட்ட நடவடிக்கை எடுப்பதாக நீதிபதியார் மிரட்ட, இந்த வம்பே வேண்டாம் என்று ராத்திரியோடு ராத்திரியாக ஷேக்ஸ்பியர் ஊரைவிட்டு ஓடிவிட்டார் என்று சொல்லப்படுகிறது.

இந்த வேட்டைச் சம்பவத்துக்கு ஒரு நகைச்சுவையான பின்குறிப்பும் உண்டு. தன்னைச் சிறையில் தள்ளப்பார்த்த இந்த நீதிபதியின்மீது ஆறாத கோபம் கொண்டிருந்த ஷேக்ஸ்பியர், பின்னாள்களில் அவர் எழுதிய ஒரு நாடகத்தில், இந்த நீதிபதியை ஒரு பாத்திரமாக்கி, சகட்டுமேனிக்குக் கிண்டல் செய்து தீர்த்துவிட்டாராம்!

ஷேக்ஸ்பியர் மான் வேட்டையாடினார், முயல்களைத் துரத்தினார் என்று இப்படி ஒரு கும்பல் சொல்லிக்கொண்டிருக்கையில், வேறு சிலர் அவரை ஆசிரியராக்கி அழகுபார்க்கிறார்கள்.

ஸ்ட்ராட்ஃபோர்டிலிருந்து, லண்டன் செல்வதற்குமுன், அவர் ஒரு பள்ளியில் ஆசிரியராக வேலை பார்த்தார் என்பது இவர்களுடைய ஊகம். இதற்கு சாட்சியாக, அவருடைய ஆரம்ப கால நாடகங்கள் சிலவற்றைச் சுட்டிக்காட்டுகிறார்கள்.

பள்ளிகள், கல்லூரிகளில் ஆண்டு விழா, கிறிஸ்துமஸ் விழா போன்றவை நடைபெறும்போது, நடனம், பாடல்கள் இன்னபிற கலை நிகழ்ச்சிகளோடு, அங்கு படிக்கும் மாணவர்கள் சிறு நாடகங்களை நடத்துவார்கள். இந்த நாடகங்களை, பொதுவாக அவர்களுடைய ஆசிரியர்களேதான் எழுதித்தருவது வழக்கம்.

இந்த நாடகங்களில், ஆழமான சிந்தனை அலசல்களுக்கோ, புதுமைக்கோ இடமிருக்காது. பெரும்பாலும் நீதி போதனைகளைக் கருவாகக் கொண்ட படிப்பினை நாடகங்களாகத்தான் இவை அமையும். அந்தப் பருவ மாணவர்களின் ஆங்கில அறிவைக் கருத்தில் கொண்டு, அதற்கேற்ற எளிய வசனங்கள், அறிவுரைகள் போன்றவை நிரம்பியிருக்கும்.

வில்லியம் ஷேக்ஸ்பியரின் ஆரம்ப கால நாடகங்கள் பெரும்பாலும் இதே பாணியில்தான் அமைந்துள்ளதாகச் சொல்கிறார்கள். அவர் நாடக உலகச் சக்கரவர்த்தியாகப் புகழ் பெற்றதும், காலத்தால் அழியாத காவியங்களைப் படைத்ததும், பின்னாள்களில்தான். அதுவரையிலான, அவரது நாடகங்களைப் படிக்கும்போது, ஷேக்ஸ்பியர் ஓர் ஆசிரியராக இருந்திருக்கக்கூடும், அந்தப் பணியில் ஈடுபட்டிருந்தபோதுதான், அவர் நாடகம் எழுதப் பழகியிருக்கவேண்டும் என்று சில ஆய்வாளர்கள் கணிக்கிறார்கள்.

இதேபோல், வில்லியம் ஷேக்ஸ்பியர் ராணுவத்தில் சேர்ந்து விட்டார், இத்தாலிக்குச் சென்றுவிட்டார், ஆவணங்களைப் பிரதியெடுக்கும் வேலை செய்தார், கிராம வாழ்க்கை சலித்துப்போய், 'சும்மா' ஊர் சுற்றிப் பார்ப்பதற்காகத்தான் அவர் லண்டனுக்குச் சென்றார் என்றெல்லாம் வதந்திகள் உண்டு.

இதுவரை நாம் பார்த்த இந்த ஊகங்கள் எவற்றுக்கும் சரியான ஆதாரங்கள் இல்லை. என்றாலும், இவற்றை வதந்திகள் என்று மொத்தமாக ஒதுக்கித்தள்ளிவிடுவதும் சரியில்லை. ஏனெனில், வில்லியம் ஷேக்ஸ்பியரின் வாழ்க்கையில், 1592ம் ஆண்டுவரையிலான இருபத்தெட்டு வருடங்களைப்பற்றியும், மிகச் சில தகவல்கள்தான் நம்மிடம் உண்டு. ஆகவே, இந்தத் தகவல்களின் அடிப்படையில், நாம் கொஞ்சம் குத்துமதிப்பாகத்தான் அவருடைய வெற்றிக்கதையை ஊகிக்கவேண்டியிருக்கிறது.

எப்படியோ, 1585லிருந்து, 1592க்குள் ஏதோ ஓர் ஆண்டில்,

ஷேக்ஸ்பியர் லண்டனுக்குச் சென்று சேர்ந்துவிட்டார். ஆனால், அங்கே அவர் நாடக உலகில் நுழைந்தது எப்படி? அதிலும் குறிப்பாக, வெற்றிகரமான நாடக ஆசிரியராகப் பரிணமித்தது எப்படி?

இங்கேயும் நமக்கு முழுமையான தகவல்கள் இல்லை. ஆனால், கிடைத்திருக்கும் ஒரு சில குறிப்புகளின் அடிப்படையில் பார்க்கிறபோது, ஷேக்ஸ்பியர் தனது நாடக வாழ்க்கையை, ஒரு நடிகராகத்தான் தொடங்கியிருக்கிறார் என்று தெரிகிறது.

நடிக்க வருவதற்குமுன், ஷேக்ஸ்பியர் சில நாடக அரங்குகளில், குதிரைகளைப் பார்த்துக்கொள்ளும் வேலை செய்தார் என்று சொல்லப்படுகிறது. இது எந்த அளவு உண்மையோ தெரியவில்லை. ஆனால், இப்படி ஏதோ ஒரு வழியில், அவர் நாடகத் தயாரிப்பாளர்கள், அரங்க உரிமையாளர்களுக்குப் பரிச்சயமாகியிருக்கிறார் என்பதுமட்டும் நிச்சயம். அந்தப் பழக்கத்தின் அடிப்படையில்தான், பின்னர் அவர் நடிகரானதும் நாடகங்கள் எழுதத் தொடங்கியதும்.

நடிகர் என்றால், பிரமாதமான கதாநாயகன், வில்லன் வேஷமெல்லாம் இல்லை. நாடகத்தின் ஓரிரு காட்சிகளில்மட்டும் தலைகாட்டுகிற உபபாத்திரங்களாகத்தான் அதிகம் வந்துபோயிருக்கிறார் ஷேக்ஸ்பியர். அதிலும் குறிப்பாக, நகைச்சுவைப் பாத்திரங்கள்.

பின்னாள்களில் அவர் பெரிய நாடக ஆசிரியரானபிறகுகூட, தன்னுடைய நாடகங்களில் தொடர்ந்து நடித்துவந்தார் ஷேக்ஸ்பியர். ஆனால் அப்போதும், பிரதான கதாபாத்திரங்களை விட, துணைப் பாத்திரங்களைத்தான் கேட்டு வாங்கிக்கொண்டார் அவர்.

ஷேக்ஸ்பியரின் பெரும்பாலான நாடகங்கள் எப்போது எழுதப்பட்டன என்று உறுதியாகச் சொல்லமுடிவதில்லை. என்றாலும், அவருடைய ஆரம்ப காலப் படைப்புகளாக ஹென்றி *VI*, ரிச்சர்ட் *III* போன்ற சரித்திர நாடகங்களைச் சொல்லலாம்.

இதே காலகட்டத்தில் எழுதப்பட்ட வேறு சில குறிப்பிடத்தக்க நாடகங்கள் :

- *Comedy of Errors (நகைச்சுவை)*
- *Titus Andronicus (அச்சில் வெளிவந்த ஷேக்ஸ்பியரின் முதல் நாடகம்)*
- *The taming of the schrew (நகைச்சுவை)*
- *The two gentlemen of Verona (நகைச்சுவை)*

1594ம் ஆண்டுவரை ஷேக்ஸ்பியர் எழுதிய இந்த நாடகங்களை, அவருடைய எழுத்து வாழ்க்கையின் முதல் கட்டமாகச் சொல்லலாம். இந்தக் காலகட்டத்தில் அவர் எழுதிய பெரும்பாலான நாடகங்கள், வழக்கமான கதை சொல்லும் பாணியையே பின்பற்றியிருந்தன. எளிமையான கதைக்கருக்களைத் தேர்ந்தெடுத்துக்கொண்டு, அவற்றில் ஊகிக்கக்கூடிய திருப்பங்களை நிரப்பி எழுதப்பட்டவையாகவே இவை அமைந்தன.

அதேசமயம், இந்த ஆரம்ப கால நாடகங்களிலேயே, பலவிதமான வடிவங்களையும் சோதித்துப்பார்த்திருக்கிறார் ஷேக்ஸ்பியர். சரித்திர நாடகங்கள், நகைச்சுவை, காதல் என்று வெவ்வேறு விதமாக எழுதிப் பழகியிருக்கிறார். அவருடைய நாடகங்கள், மெல்லமெல்ல மக்களிடையே நன்கு பிரபலமாகின.

நாடகங்களோடு, கவிதைகள் எழுதுவதிலும் ஷேக்ஸ்பியருக்கு ஆர்வம் இருந்தது. குறிப்பாக, 'ஸானெட்' (Sonnet) எனப்படும் கவிதை வடிவத்தில் அவருக்கு ரொம்ப ஆர்வம்.

ஸானெட் என்பது, தமிழில் வெண்பா, ஆசிரியப்பா என்று சொல்வதைப்போன்ற ஒரு மரபுக் கவிதை வடிவம். பதின்மூன்றாம் நூற்றாண்டில் அறிமுகமாகி, பதினாறாம் நூற்றாண்டின் தொடக்கத்தில் ஆங்கிலத்துக்கு வந்த வடிவம் இது.

ஒவ்வொரு ஸானெட்டிற்கும் சில பொது விதிகள் உண்டு: மொத்தம் பதினான்கு வரிகள், ஒவ்வொரு வரியிலும், ஒரு குறிப்பிட்ட கட்டமைப்பு கண்டிப்பாகப் பின்பற்றப்படவேண்டும். முதல் மூன்று பத்திகளிலும், தலா நான்கு வரிகள். கடைசிப் பத்தியில் இரண்டு வரிகள் - இந்தக் கடைசிப் பத்தியில், ஒரு 'திருப்பம்' இருக்கவேண்டும். அப்போதுதான், ஸானெட் ருசிக்கும்.

மற்ற கவிதை வடிவங்களைப்போல, ஸானெட்கள் எழுதுவது அத்தனை சுலபமில்லை. என்றாலும், பெண்டு நிமிர்த்துகிற இந்தக் கவிதை வடிவம்தான் ஷேக்ஸ்பியருக்கு ரொம்பப் பிடித்திருந்தது. ஆகவே, ஆரம்ப காலத்தில் நீண்ட கவிதைகள் எழுதிக்கொண்டிருந்தவர், அதன்பின் ஸானெட்களை மொத்தக் குத்தகைக்கு எடுத்துக்கொண்டுவிட்டார். இப்படி அவர் எழுதிக் குவித்த ஸானெட்களின் எண்ணிக்கை : 154.

ஷேக்ஸ்பியருக்குமுன் ஆங்கிலத்தில் பலரும் ஸானெட்கள் எழுதியிருக்கிறார்கள். என்றாலும், அழகழகான உணர்வுகளை, வர்ணனைகளை அற்புதமான ஸானெட்களாக எழுதிக் குவித்து, அந்த வடிவத்தை ஆங்கில வாசகர்களிடையே மிகப் பிரபலமாக்கியவர் ஷேக்ஸ்பியர்தான். ஆகவே, ஆங்கில ஸானெட் வடிவத்தை 'ஷேக்ஸ்பியரின் ஸானெட்' (*Shakespearean sonnet*) என்றே சொல்வார்கள்.

எல்லாம் சரி, அப்படி மாய்ந்து மாய்ந்து அத்தனை ஸானெட்களில் என்னதான் எழுதினார் ஷேக்ஸ்பியர்?

அது ஒரு சுவாரஸ்யமான தனிக்கதை!

3

பண்டிதர்களுக்கும் பாமரர்களுக்கும்

இங்கிலாந்தின் தலைநகரமாகிய லண்டனில், நாடக ஆர்வலர்கள் அதிகம், கூடவே, புரவலர்களும் அதிகம். அரச குடும்பத்தைச் சேர்ந்த ராஜா, ராணி, இளவரசர்கள், பிரபுக்களில் தொடங்கி, அடிமட்ட ஜனங்கள்வரை, பல சமூக நிலைகளிலும் நாடக ரசிகர்கள் அங்கே இருந்தார்கள்.

அதனால்தான், சிற்றூரான ஸ்ட்ராட்ஃபோர்டிலிருந்து லண்டனுக்குப் புறப்பட்டு வந்தார் ஷேக்ஸ்பியர். அவர் நினைத்தால் அங்கேயே ஏதேனும் ஓர் உள்ளூர் நாடகக் குழுவில் சேர்ந்திருக்கலாம். லண்டன் நாடகச் சூழலோடு ஒப்பிடுகையில், நாடகங்களில் நடிப்பதற்கு, எழுதுவதற்கான வாய்ப்புகள் அவருக்கு மிக எளிதாகக் கிடைத்திருக்கும்.

ஆனால், ஷேக்ஸ்பியர் விரும்பியது அதுவல்ல. நாடகங்களில் பங்கேற்கவேண்டும் என்கிற ஆர்வம் ஒருபக்கமிருக்க, அதனால் கிடைக்கிற புகழோ, அல்லது பணமோ, அல்லது

இரண்டுமோதான் அவரைச் செலுத்தியிருக்கிறது. அதெல்லாம் சாதாரணமாகக் கொஞ்சூண்டு கிடைத்தால் போதாது, நிறைய, ஏராளமாகக் கொட்டவேண்டும் என்று எதிர்பார்த்தார் அவர். அதற்குச் சரியான இடம் லண்டன்தான்.

அதாவது, உள்ளூரில் சின்னதாக பெட்டிக்கடை தொடங்காமல், பட்டணத்துக்குச் சென்று, அங்கே ஒரு சூப்பர் மார்க்கெட்டில் வேலைக்குச் சேர்ந்து, தொழில் பழகிக்கொண்டு, மெல்லமெல்ல தனக்கென்று ஒரு கடையைத் தொடங்கி ஜெயிப்பது - இதுபோன்ற ஒரு சூத்திரத்தைதான் ஷேக்ஸ்பியர் பின்பற்றினார்.

இதற்காக அவர் பல தியாகங்களைச் செய்யவேண்டியிருந்தது. மனைவி, குழந்தைகளை ஸ்ட்ராட்ஃபோர்டில் விட்டுவிட்டு, அவர்மட்டும் தனியே லண்டனுக்குக் கிளம்பிவந்தார். அதன்பிறகு பல ஆண்டுகளுக்கு இங்கேயும் அங்கேயுமாக நாள்கணக்கில் ஏகப்பட்ட பயணங்கள், களைப்பு.

ஷேக்ஸ்பியர் எப்போது லண்டனுக்குக் கிளம்பினார் என்பதைப்போலவே, எதற்காக அவர் லண்டனுக்குச் சென்றார் என்பதும் புரியாத புதிராகவே நீடிக்கிறது. குடும்பத்தின் பொருளாதார நிலைமையில் தொடர்ந்த சரிவுதான் அவரை அங்கே துரத்தியது என்று சிலர் சொல்கிறார்கள். அப்படி இல்லை, குடும்ப வாழ்க்கையில் திருப்தியில்லாமல்தான் லண்டனுக்கு ஓடிவிட்டார் என்று சொல்கிறவர்களும் இருக்கிறார்கள்.

லண்டனுக்கு வந்து, நாடகக் கலைஞர்கள், அமைப்பாளர்களோடு பழக்கம் ஏற்பட்டபின், நடிகராகவும் எழுத்தாளராகவும் பல நாடகக் கம்பெனிகளில் பணியாற்றியிருக்கிறார் ஷேக்ஸ்பியர். லார்ட் ஸ்ட்ரேஞ்ஸ் மென் *(Lord Strange's Men)*, க்வீன்ஸ் மென் *(Queen's Men)*, பெம்ப்ரோக்ஸ் மென் *(Pembroke's men)* ஆகிய குழுக்களில் அவர் பங்குபெற்றிருப்பதாகத் தெரிகிறது. ஷேக்ஸ்பியர் தனது பெரும்பாலான ஆரம்ப கால நாடகங்களை இந்தக் குழுக்களுக்குதான் எழுதியிருக்கவேண்டும்.

இவற்றில், 'லார்ட் ஸ்ட்ரேஞ்ஸ் மென்' குழுதான் அவரை முதன்முதலாகத் தங்களின் நாடகங்களில் பயன்படுத்திக் கொண்டது. அதன்பின், அவர் மற்ற நாடகக் குழுக்களிலும், தனிப்பட்ட கலைஞராகவும் பணியாற்றினார். அவருடைய நாடகங்கள் மக்களிடையே நன்கு பிரபலமடைந்தன, ஷேக்ஸ்பியரும் வெற்றிகரமான நாடக ஆசிரியராக புகழ்பெற்றார்.

இந்தச் சமயத்தில்தான், 1592ல் கொஞ்சமும் எதிர்பார்க்காத திசையிலிருந்து வில்லியம் ஷேக்ஸ்பியர்மீது ஒரு தாக்குதல் வந்தது.

தாக்குதல் என்றால், அடிதடிச் சண்டை இல்லை. திருவிளையாடலில் சொல்வதுபோல், புலவர்களிடையே போட்டியும் பொறாமையும் இருப்பதுதானே. அப்படி ஏற்பட்ட பொறாமையால், சக நாடக ஆசிரியர்கள் பலரும் ஷேக்ஸ்பியர்மீது சேற்றை வாரி இறைத்தார்கள்.

இவர்களில் சிலருக்கு, முக்கியமாக, ஷேக்ஸ்பியருக்கு முன்னாலிருந்தே, நாடக உலகில் புகழ் வெளிச்சத்துக்காகப் போராடிக்கொண்டிருந்தவர்களுக்கு, அவர் இப்படி அதிவேகத்தில் பிரபலமாகிவிட்டாரே, இத்தனை சம்பாதிக்கிறாரே என்றெல்லாம் எரிச்சல், வேறு சிலருக்கு, அவர் தங்களுடைய படைப்புகளைக் காப்பியடித்து எழுதுகிறார் என்பதாக ஓர் ஆதங்கம்.

பலருடைய பொறாமைக்கு இன்னொரு முக்கியக் காரணம், ஷேக்ஸ்பியர் மெத்தப் படித்த ஞானி இல்லை. வெறும் பள்ளிப் படிப்பு, அதுவும் முழுசாகப் படித்து முடிக்காமலே வெளியே வந்துவிட்டவர். சுமாரான நடிகர்தான். ஆனால், நடிப்பதோடு நிறுத்திக்கொள்ளாமல், நாடகங்கள் எழுதத் தொடங்கி, திடுதிப்பென்று எங்கோ புதையல் கிடைத்தாற்போல், முன்னுக்கு வந்துவிட்டார். ஆகவே, அவருடைய இந்த வளர்ச்சி, இந்தத் துறையில் பழம் தின்று கொட்டை போட்ட மேதைகளுக்கும் எரிச்சலூட்டியது, 'என்னய்யா, நேத்து வந்த சின்னப் பையனைத் தூக்கி வெச்சுக்கிட்டு ஆடறீங்க?', என்று எரிந்து விழுந்தார்கள்.

இப்படிப் பல காரணங்களால் வில்லியம் ஷேக்ஸ்பியரை எதிர்த்துக் குரல் கொடுத்தவர்களில் முக்கியமானவர் ராபர்ட் க்ரீனெ *(Robert Greene).*

பிரிட்டனின் குறிப்பிடத்தக்க நாடக ஆசிரியர்களில் ஒருவரான க்ரீனெ, சிறந்த விமர்சகரும்கூட. என்றாலும், அவரால் ஷேக்ஸ்பியரின் திடீர் வளர்ச்சியைச் சகித்துக்கொள்ளமுடியவில்லை. 'யாரெல்லாம் நாடகம் எழுதுவது என்று ஒரு விவஸ்தை இல்லையா?', என்று கோபப்பட்டார் அவர், 'நாடகங்களில் நடிக்க வந்தவர், அந்த வேலையைமட்டும் ஒழுங்காகப் பார்த்துவிட்டுப் போகவேண்டியதுதானே? எதற்காக அச்சுப்பிச்சென்று நாடகம் எழுதக் கிளம்பவேண்டும்?'

ராபர்ட் க்ரீனெவின் இந்தக் கோபத்துக்கு அடிப்படைக் காரணம் ஒன்றுதான் - அதுவரை பண்டிதர்களின் ராஜ்ஜியமாக இருந்த நாடக எழுத்தை, ஷேக்ஸ்பியர்போன்ற ஒரு பாமரன் ஆள்வது அவருக்குக் கொஞ்சமும் பிடிக்கவில்லை.

அதனால் அவர் என்ன செய்தார், ஷேக்ஸ்பியரை 'கத்துக்குட்டி, மற்றவர்கள் எழுதியவற்றைத் திருடித் தன் பெயரில் போட்டுக்கொள்கிறவர், வெற்று வார்த்தைகளைக் குவித்துக் கவிதை எழுதுகிறவர்' என்றெல்லாம் கன்னாபின்னாவென்று திட்டி, அவமதித்து ஒரு குறிப்பு எழுதிவைத்தார்.

ஆனால், இந்தக் கட்டுரை வெளியாவதற்குள், மரணம் அவரைத் தேடி வந்துவிட்டது. என்றாலும், சாகும் நேரத்தில், இந்தக் கட்டுரை அடங்கிய நூலைக் கண்டிப்பாக வெளியிடவேண்டும் என்று உறுதி வாங்கிக்கொண்டுதான் இறந்தாராம் க்ரீனெ.

'Greene's Groats - worth of Wit' என்ற தலைப்பில் வெளியான அந்தப் புத்தகம், லண்டனில் பெரிய பரபரப்பை ஏற்படுத்தியது. இந்த நூலில் ஷேக்ஸ்பியரைப்பற்றி எழுதப்பட்டிருந்த வரிகளுக்காக, அதன் பதிப்பாளர் தனியே மன்னிப்பு கேட்க நேர்ந்தது.

ஆனால், இந்தச் சம்பவம் ஒரு முக்கியமான விஷயத்தை நமக்குச்

சொல்கிறது - லண்டனுக்கு வந்து ஐந்தாறு வருடங்களுக்குள், நாடக உலகில் வில்லியம் ஷேக்ஸ்பியர் அடைந்த வெற்றி சாதாரணமானதில்லை. சுற்றியுள்ளவர்கள் எல்லோரும், பெரிய பெரிய நாடக ஆசிரியர்கள்கூட காது, மூக்கில் புகை விடுமளவு மிகப் பெரிய வெற்றியடைந்தார் ஷேக்ஸ்பியர்.

இத்தனைக்கும், அவருடைய மிகச் சிறந்த நாடகங்கள் எல்லாமே அதன்பிறகு எழுதப்பட்டவைதான். என்றாலும், தனது ஆரம்ப கால நாடகங்களிலேயே, மக்களின் எதிர்பார்ப்புகளை நன்கு புரிந்துகொண்டு, அவர்களைத் திருப்திப்படுத்தும்படியாக எழுதப் பழகிக்கொண்டுவிட்டார் ஷேக்ஸ்பியர். இந்த அனுபவத்தால்தான், பின்னாள்களில், வெறும் சுவாரஸ்யத்தைமட்டும் அடிப்படையாகக் கொள்ளாமல், ஆழமும் முதிர்ச்சியும் கொண்ட கனமான படைப்புகளைக்கூட, மக்கள் ரசிக்கும்படி அவரால் தர முடிந்தது.

இப்படியாக, ஷேக்ஸ்பியர் லண்டன் நாடக ரசிகர்களிடையே நன்கு புகழ்பெற்றுக்கொண்டிருந்தபோது, சோதனைபோல் ஒரு நோய் வந்தது.

நோய் ஷேக்ஸ்பியருக்கு இல்லை, இங்கிலாந்தின் ஏராளமான பொதுமக்களுக்கு. 1592 - 93 ஆண்டுகளில் திடீரென்று பரவிய பிளேக் நோயால், சுமார் பத்தாயிரத்துக்கும் மேற்பட்டவர்கள் மரணமடைய, பயந்துபோன அரசாங்கம், இந்தத் தொற்றுநோயைத் தடுப்பதற்கான தீவிர நடவடிக்கைகளில் இறங்கியது.

பிளேக் நோய் பரவுவதைக் கட்டுப்படுத்துவதற்காக, பொதுமக்கள் அதிகமாகக் கூடும் பகுதிகளையெல்லாம் இழுத்து மூடுவதற்கு உத்தரவிட்டது அரசு. அதில், நாடக அரங்குகளும் அடக்கம்.

திரைப்படங்களெல்லாம் அறிமுகமாகியிருக்காத அந்தக் காலத்தில், மக்களுக்கு இருந்த முக்கியமான பொழுதுபோக்கே மேடை நாடகங்கள்தான். ஆகவே, இந்த நாடக ரசிகர்களை நம்பி, ஏராளமான நடிகர்களும் மற்ற கலைஞர்களும் இருந்தார்கள்.

இப்போது திடீரென்று எல்லா நாடக அரங்குகளும் மொத்தமாக மூடப்பட்டுவிட்டதால், இந்தக் கலைஞர்கள் எல்லோரும் கட்டாய வறுமைக்குள் தள்ளப்பட்டார்கள். முழுநேரமாக இந்தப் பணியை மேற்கொண்டு, இதைத்தவிர வேறு தொழில் எதுவும் தெரியாமல் இருந்தவர்கள், ரொம்பவே சிரமப்பட்டுவிட்டார்கள். தினசரிச் சாப்பாட்டுக்கே திண்டாட்டமாகிவிட்டது நிலைமை.

வில்லியம் ஷேக்ஸ்பியரும் இந்தக் கஷ்டங்களை நிறையவே அனுபவித்தார். நாடகங்கள் இல்லை என்று ஆகிவிட்டதால், அடுத்து என்ன செய்வது என்று தெரியாமல் திகைத்தார்.

நல்லவேளையாக, அவருடைய எழுத்து தடைபட்டுவிடாமல், கவிதை கைகொடுத்தது. அவ்வப்போது சில நாடகப் பிரதிகளில் பணியாற்றினாலும், இந்தச் சமயத்தில் ஷேக்ஸ்பியருக்குப் பெருமளவு ஆறுதல் அளித்தது, கவிதைகள்தான். இதன்மூலம் தனது கவிதை ஆர்வத்தைப் புதுப்பித்துக்கொண்ட ஷேக்ஸ்பியர், இந்தக் காலகட்டத்தில்தான், சில நீள்கவிதைகளையும் பல சுவையான ஸானெட்களையும் எழுதினார்.

மும்முரமாக நாடகங்கள் எழுதித்தள்ளிக்கொண்டிருந்த ஷேக்ஸ்பியர், சூழ்நிலை காரணமாகதான் இப்படி திடீரென்று முழு நேரக் கவிஞராக உருவெடுக்க நேர்ந்தது. என்றாலும், இதற்காக அவருடைய கவிதைகள் தரக்குறைவானவை என்று அர்த்தமில்லை. மாறாக, ஷேக்ஸ்பியரின் கவிதைகள் ஒவ்வொன்றும், சிறந்த அழகுணர்வுடனும் நளினமான மொழிநடையோடும் அற்புதமான வர்ணனைகளோடும் ஷேக்ஸ்பியரின் கவிதைகள் சிறந்து விளங்குகின்றன.

இதில் இன்னொரு கோணமும் உண்டு. ஷேக்ஸ்பியர் என்னதான் மேடை நாடகங்கள் எழுதினாலும், அந்தக் காலத்தில் அவை வணிகப் படைப்புகளாகமட்டுமே நினைக்கப்பட்டன. வெறுமனே ரசிகர்களின் கைதட்டல்களுக்காக எழுதப்படும் பிரதிகள் அவை என்கிற கருத்துதான் பொதுவாக நிலவியது. ஆகவே, நாடகங்களுக்கான கதை, வசனங்கள் போன்றவை புத்தகங்களாக வெளிவருவதுகூட குறைவுதான். நாடக ஆசிரியர்களுக்குக்

காசும் புகழும் கிடைக்கலாமேதவிர, இலக்கிய அங்கீகாரம் கிடைப்பது அபூர்வம்.

இதனால்தான், ஷேக்ஸ்பியர் நிறைய கவிதைகள் எழுதத் தொடங்கினார் என்று சொல்லப்படுகிறது. அதில் தனது முழுத்திறமையையும் வெளிப்படுத்தி, பண்டிதர்களிடமும் பாமரர்களிடமும் ஒரே நேரத்தில் பாராட்டுகளைப் பெறவேண்டும் என்று அவர் எண்ணியிருக்கவேண்டும். அவர் நினைத்தபடி, இன்றுவரை அவரது கவிதைகளும் நாடகங்களும் இலக்கிய ரசிகர்களால் விரும்பிப் படிக்கப்படுகின்றன.

1593ம் ஆண்டில், பல தொழில்முறை நாடகக் கலைஞர்களும் அடுத்து என்ன என்று எதிர்காலம் தெரியாமல் திகைத்துக்கொண்டிருந்தபோது, வில்லியம் ஷேக்ஸ்பியர் கவிதைகளில் மூழ்கியிருந்தார்.

ஆனால், ஆசைக்குக் கவிதை. தோசைக்கு?

அதற்கும் ஒரு நல்ல வழி பிறந்தது. கலை, இலக்கியங்களில் ஆர்வமுடைய ஒரு பெரிய மனிதர், வில்லியம் ஷேக்ஸ்பியரின் திறமையை அறிந்து, அவரைப் போஷிக்க முன்வந்தார்.

அவர் பெயர் ஹென்றி ரியோத்ஸ்லே *(Henry Wriothesley)*. சவுதம்ப்டன் *(southampton)* பகுதியைச் சேர்ந்த பிரமுகரான இவர், ஷேக்ஸ்பியரின் திறமைகளைப் பாராட்டி அங்கீகரித்தார். அவரை உரிய முறையில் கௌரவித்து, பொருளுதவியும் செய்தார். இதற்கு பதில் மரியாதையாக, ஷேக்ஸ்பியரும் தனது பல ஸானெட்களில் இவரைப்பற்றி எழுதியிருப்பதாகச் சொல்லப்படுகிறது.

இந்தக் காலகட்டத்தில்தான், வில்லியம் ஷேக்ஸ்பியரின் முதலாவது அச்சு நூல் வெளிவந்தது. *'Venus and Adonis'* என்ற தலைப்பில் பிரசுரமான நீண்ட வர்ணனைக் கவிதை இது.

தனது முதல் நூலான இதனை, தன்னை ஆதரிக்கும் ஹென்றி ரியோத்ஸ்லேவுக்குச் சமர்ப்பணம் செய்திருந்தார் ஷேக்ஸ்பியர்.

அடுத்து வெளிவந்த இன்னொரு நீண்ட கவிதையான *'The Rape of Lucrece'* நூலும் அவருக்கேதான் சமர்ப்பணம்.

இந்தச் சமர்ப்பணக் குறிப்புகளைப் படிக்கும்போது (உதாரணம்: 'நான் இதுவரை செய்திருப்பதெல்லாம் (எழுதியிருப்பதெல்லாம்?) உங்களுடையதுதான். இனிமேல் எழுதப்போவதும் உங்களுக்குதான் சொந்தம்'), ஷேக்ஸ்பியர் ரியோத்ஸ்லேவின் மீது ஏகப்பட்ட மரியாதை வைத்திருப்பதாகத் தெரிகிறது. அந்த அளவுக்குப் பணிவோடு தாழ்ந்து, வணங்கிதான் தனது கவிதைகளை ரியோத்ஸ்லேவுக்குச் சமர்ப்பிக்கிறார் ஷேக்ஸ்பியர்.

பதிலுக்கு, அந்த ஹென்றி ரியோத்ஸ்லே ஷேக்ஸ்பியருக்கு என்னதான் செய்தார்?

இந்த விஷயமும் ஒரு விளங்காத மர்மமாகவே இருக்கிறது. நாடக அரங்குகள் எல்லாம் மூடிக் கிடக்கும் நிலைமையில், ஷேக்ஸ்பியரின் அன்றாடச் செலவுகளுக்குத் தேவையான உதவிகளை ரியோத்ஸ்லேதான் செய்திருப்பார் என்பது பெரும்பாலானவர்களின் கணிப்பு. ஆனால், அதற்காக அவரை இப்படிப் புகழ்ந்து தள்ளவேண்டிய கட்டாயம் ஷேக்ஸ்பியருக்கு ஏன் வந்தது?

இதற்கும் ஒரு சுவாரஸ்யமான விளக்கம் சொல்லப்படுகிறது. ஷேக்ஸ்பியர் ஏதோ ஒரு பொருளையோ, நிலத்தையோ வாங்க விரும்பியதாகவும், அதற்காக, ஹென்றி ரியோத்ஸ்லே அவருக்கு ஆயிரம் பவுண்ட் பரிசாகக் கொடுத்ததாகவும் பதினேழாம் நூற்றாண்டில் ஒரு வதந்தி பரவியது.

ஆயிரம் பவுண்ட் என்பது, இந்தக் காலத்திலேயே சுமார் ஒரு லட்ச ரூபாய்க்குச் சமம். அப்படியென்றால், நானூறு ஆண்டுகளுக்குமுன் அதன் மதிப்பு என்னவாக இருந்திருக்கும் என்று கொஞ்சம் யோசித்துப்பாருங்கள். யாரானாலும், அத்தனை பணத்தை, ஒரு கவிஞருக்குப் பரிசாகத் தூக்கிக்கொடுப்பார்களா?

அதுமட்டுமில்லை, ஷேக்ஸ்பியர் தனது வாழ்நாள்முழுவதும் வாங்கிய சொத்துகளின் மதிப்பையெல்லாம் கூட்டிப்

பார்த்தாலும், அந்த ஆயிரம் பவுண்ட்கள் வராது. ஆகவே, அத்தனை பெரிய தொகை அவருக்குக் கிடைத்ததா என்பது சந்தேகம்தான்.

தவிர, ஷேக்ஸ்பியருக்கு உதவிக்கொண்டிருந்த அந்தக் காலகட்டத்தில், ஹென்றி ரியோத்ஸ்லேவுக்கே நிதிநிலைமை அவ்வளவாகச் சரியில்லை என்றுதான் கேள்வி. ஆகவே, அவ்வளவு பெரிய பரிசை அவர் ஷேக்ஸ்பியருக்குத் தந்திருப்பார் என்று உறுதியாகச் சொல்லமுடியாது.

எப்படியோ, நாடக அரங்குகள் எல்லாம் மூடப்பட்டிருந்த அந்தப் பஞ்ச காலத்தை, ரியோத்ஸ்லேவின் புண்ணியத்தில் சிரமமில்லாமல் கடந்துவிட்டார் ஷேக்ஸ்பியர். 1594ம் ஆண்டு மீண்டும் நாடகக் கூடங்கள் திறக்கப்பட்டு, அந்தத் தொழில் புத்துணர்வு பெற்றபோது, ஷேக்ஸ்பியருக்கும் ஒரு புது முன்னேற்றம் காத்திருந்தது.

4. ராஜ பார்வை

1592ம் ஆண்டு இறுதியில் இங்கிலாந்தில் பரவத் தொடங்கிய பிளேக் நோய் காரணமாக, கிட்டத்தட்ட ஒரு வருடத்துக்கு லண்டன் நாடகத் தொழில் மிகவும் நசிந்துபோயிருந்தது. மூடப்பட்ட நாடக அரங்குகளால், பல நடிகர்களும் தொழில்முறைக் கலைஞர்களும் எழுத்தாளர்களும் சிரமப்பட்டார்கள். பேசாமல் இந்தத் தொழிலை மூட்டை கட்டிவிட்டு, வேறு உருப்படியான வேலையைத் தேடிக்கொள்ளலாமா என்று யோசித்தவர்கள் ஏராளம்.

நல்லவேளையாக, 1594ல் நிலைமை மாறியது. மீண்டும் நாடகக் கூடங்கள் திறக்கப்பட்டன. பழையதும் புதியதுமாக ஏராளமான நாடகங்கள் அரங்கேற, நாடகத் துறை புத்துயிர் பெற்றது.

இடைப்பட்ட இந்தக் காலத்தில், வில்லியம் ஷேக்ஸ்பியர் கவிதைகளில் கவனம் செலுத்தினார் என்று பார்த்தோம். அதேசமயம், அவர் சில நாடகப் பிரதிகளிலும் பணியாற்றிக்கொண்டிருந்ததாகத் தெரிகிறது. அல்லது, சில நாடகங்களுக்கான கதை, அடிப்படைக் கட்டமைப்புகளைத் தயார் செய்துகொண்டு, பின்னர் அவற்றை விரிவாக எழுதி முடித்தார் அவர்.

1594ல் ஷேக்ஸ்பியரின் நாடக வாழ்க்கையில் ஏற்பட்ட முக்கியமான மாற்றம், பல குழுக்களில் பங்கேற்று முன்னும், பின்னுமாக ஊசலாடிக்கொண்டிருந்த அவர், தனக்கென்று ஒரு குழுவைத் தேர்ந்தெடுத்துக்கொண்டு, அதில் நிரந்தரமாக செட்டிலாகிவிட்டார்.

அந்தக் குழுவின் பெயர், லார்ட் சாம்பர்லேன்ஸ் மென் (Lord Chamberlain's Men). 1594 - 95ல் இந்தக் குழுவின் பங்குதாரராகவும் நிரந்தர உறுப்பினராகவும் ஆன ஷேக்ஸ்பியர், அதன்பின் தனது வாழ்நாள்முழுதும் இந்தக் குழுவுக்காகவே எழுதினார்.

லார்ட் சாம்பர்லேன் என்பது, பிரிட்டிஷ் அரசவையில் ஒரு முக்கியமான பதவி. இந்தப் பதவியில் உள்ளவருக்கு, அன்றாட அரசவை நடவடிக்கைகளைத் தேர்வு செய்து ஒழுங்குபடுத்துவது, அரசருக்கு ஆலோசனைகள் தருவது என்று பொறுப்புகள்.

1594ல் சாம்பர்லேன் பதவியில் இருந்தவர் பெயர் ஹென்றி காரி (Henry Carey). அவர்தான் இந்தப் புதிய குழுவுக்குப் பொருளுதவி செய்ய முன்வந்தார். ஆகவே, சுமார் பன்னிரண்டு உறுப்பினர்களோடு தொடங்கப்பட்ட அந்த நாடகக் குழுவுக்கு அவருடைய பதவியைக் குறிக்கும்விதமாக 'லார்ட் சாம்பர்லேன்ஸ் மென்' என்று பெயர் வைக்கப்பட்டது.

ஆரம்ப காலத்திலிருந்தே ஷேக்ஸ்பியர் இந்தக் குழுவில் உறுப்பினராகப் பங்களித்திருக்கிறார். ஆனால், அவர் எப்போது இந்தக் குழுவின் பங்குதாரராக ஆனார் என்று நிச்சயமாகத் தெரியவில்லை. 1595ம் ஆண்டில் தொடங்கி, லாபத்தில் அவருக்கும் ஒரு பங்கு வந்திருக்கிறது.

நடிகராகவும் நாடக ஆசிரியராகவும் லார்ட் சாம்பர்லேன்ஸ் குழுவில் தொடர்ந்து பங்குபெற்ற ஷேக்ஸ்பியருக்கு, அதில் முதலீடு செய்வதற்கான பணம் எங்கிருந்து வந்தது?

இந்தக் குழுவில் இணையுமுன்பே, ஷேக்ஸ்பியர் நன்கு பிரபலமான நாடக ஆசிரியர்தான். என்றாலும், ஒரு நாடகக் குழுவில் முதலீடு செய்யுமளவுக்கு அவர் பணம் சம்பாதித்திருக்க வாய்ப்புகள் மிகக் குறைவு.

ஒருவேளை அவரிடம் நல்ல சேமிப்பு இருந்திருந்தாலும், இடையில் நாடக அரங்குகள் மூடப்பட்டிருந்த ஒரு வருடத்தில், அந்தப் பணத்தில் பெருமளவு கரைந்திருப்பது நிச்சயம். அதனால்தான், அவர் ஹென்றி ரியோத்ஸ்லேவின் ஆதரவை ஏற்றுக்கொள்ளவேண்டியிருந்தது.

ஆகவே, சென்ற அத்தியாயத்தில் நாம் பார்த்த அந்த ஆயிரம் பவுண்ட் கதைக்குதான் மறுபடியும் வரவேண்டியிருக்கிறது. ஷேக்ஸ்பியரின் ஏதோ ஒரு நாடகத்தையோ, கவிதையையோ படித்துப் புல்லரித்துப்போன ரியோத்ஸ்லே, 'இந்தா பிடி முத்துமாலை' என்று அந்தக் கால ராஜாக்கள் சொல்வதுபோல், ஒரு பெரிய தொகையைப் பொற்கிழியாக வழங்கியிருக்கலாம். ஷேக்ஸ்பியர் அதை இந்த நாடகக் குழுவில் முதலீடு செய்திருக்கலாம்.

எல்லாம் ஊகங்கள்தான். இங்கே நமக்கு நிச்சயமாகத் தெரியும் ஒரே விஷயம், 'லார்ட் சாம்பர்லேன்ஸ் மென்' குழுவில், வில்லியம் ஷேக்ஸ்பியரும் ஒரு பங்குதாரராகிவிட்டார். இதன்மூலம், அவர் நிறையவே சம்பாதித்தார்.

பண வரவு ஒருபக்கமிருக்க, இந்தக் குழுவின்மூலம் ஷேக்ஸ்பியருக்குக் கிடைத்த முக்கியமான இன்னொரு கௌரவம், ராஜ அங்கீகாரம்!

வில்லியம் ஷேக்ஸ்பியரின் வாழ்நாளில், இங்கிலாந்தை ஆண்டவர்கள் இரண்டு பேர் - முதலில் ராணி எலிஸபெத் *(Elizabeth I)*, அதன்பின் ராஜா ஜேம்ஸ் *(James I)*. கலை ஆர்வலர்களான இந்த இருவருக்குமே, ஷேக்ஸ்பியரின் நாடகங்கள், கவிதைகள் என்றால் ரொம்ப இஷ்டம்.

ஆகவே, இங்கிலாந்து அரசவையில், ராஜா, ராணி உள்ளிட்ட பெருமக்களின்முன்பு நாடகம் நடத்துகிற வாய்ப்பு, ஷேக்ஸ்பியரின் லார்ட் சாம்பர்லேன்ஸ் மென் குழுவுக்கு அடிக்கடி கிடைத்தது. அந்தக் காலகட்டத்தில், அரசவையில் அதிக அளவு நாடகங்களை நடத்திய குழு இதுதான்.

அதிலும் குறிப்பாக, ராணி எலிசபெத், ஷேக்ஸ்பியரின் கதைகள், பாத்திரங்களை மிகவும் ரசித்துப் பார்த்தவர். வெறுமனே நாடகங்களைப் பார்த்துக் கைதட்டிப் பரிசு அளிப்பதோடு நிறுத்திக்கொள்ளாமல், 'இந்தக் கதாபாத்திரம் எனக்குப் பிடித்திருக்கிறது. இதை வைத்து இன்னொரு நாடகம் எழுதுங்களேன்', என்று உரிமையோடு கேட்டவர் அவர்.

இங்கிலாந்து ராணியால் மிகவும் ரசிக்கப்பட்ட அந்தக் கதாபாத்திரத்தின் பெயர், ஃபல்ஸ்டஃப் *(Falstaff)*. ஷேக்ஸ்பியரின் 'ஹென்றி *IV*' நாடகத்தில் இடம்பெற்ற இந்தக் கதாபாத்திரத்தை, ராணி எலிசபெத்தின் விருப்பத்திற்கிணங்க, உடனடியாக மீண்டும் வேறொரு நாடகத்தில் பயன்படுத்தினார் ஷேக்ஸ்பியர். அந்தப் புதிய நாடகத்தின் பெயர் *'Merry wives of Windsor'*.

இந்தச் சம்பவத்திலிருந்து, அரசவையில் ஷேக்ஸ்பியரும் அவருடைய நாடகக் குழுவும் பெற்றிருந்த அங்கீகாரத்தைத் தெரிந்துகொள்ளலாம். ராணியும் மற்ற அரசவை உறுப்பினர்களும், ஷேக்ஸ்பியரின் பல நாடகங்களைத் திரும்பத் திரும்பப் பார்த்து ரசித்தார்கள். பின்னர் வந்த ராஜா ஜேம்ஸ் *I*, ஒரு படி மேலே சென்று, ஷேக்ஸ்பியரின் நாடகக் குழுவையே தன்னுடையதாகத் தத்தெடுத்துக்கொண்டுவிட்டார்.

அதேசமயம், பொதுமக்களிடமும் ஷேக்ஸ்பியரின் புகழ் கூடிக்கொண்டிருந்தது. லார்ட் சாம்பர்லேன்ஸ் மென் குழுவினர், ஷேக்ஸ்பியரின் நாடகங்களையும், மற்ற சில எழுத்தாளர்களின் நாடகங்களையும் 'தி தியேட்டர்' *(The Theatre)*, 'தி ஸ்வான்' *(The Swan)*, 'தி கர்ட்டைன்' *(The Curtain)* போன்ற பல நாடக அரங்குகளில் நடத்தினார்கள்.

இதுதவிர, லண்டனைச் சுற்றியிருந்த பகுதிகளிலும் சுற்றுப்பயணம் செய்து, நாடகங்களை நடத்தியது இந்தக் குழு. இதன் நடவடிக்கைகள் அனைத்திலும் ஆர்வத்தோடு பங்கேற்றார் ஷேக்ஸ்பியர்.

இந்தக் காலகட்டத்தில் ஷேக்ஸ்பியர் எழுதிய முக்கியமான நாடகங்கள்:

- *Henry IV & V (சரித்திரம்)*
- *A Midsummer Night's dream (நகைச்சுவை)*
- *The Merchant of Venice (நகைச்சுவை, காதல்)*
- *Romeo and Juliet (காதல், சோகம்)*

அவருடைய முந்தைய நாடகங்களோடு ஒப்பிடுகையில், ஷேக்ஸ்பியரின் இந்தப் படைப்புகளில் நல்ல முதிர்ச்சி தெரிகிறது. நகைச்சுவையும் காதலும் சரிவிகிதத்தில் கலந்த நாடகங்களைச் சுவாரஸ்யமாகவும் சிறப்பாகவும் கட்டமைத்து வழங்கினார் அவர்.

அதேசமயம், அவருடைய புகழ்பெற்ற ஐந்து சோக காவியங்களில் ஒன்றான ரோமியோ & ஜூலியட் நாடகமும் இந்தக் காலகட்டத்தில் தோன்றியதுதான். துயரம் ததும்பும் முடிவைக் கொண்ட காதல் கதையான இந்த நாடகம், இன்றுவரை விரும்பிப் படிக்கப்படுவதாகவும், காவியக் காதலுக்கு உதாரணமாகச் சொல்லப்படுவதாகவும் உள்ளது.

லார்ட் சாம்பர்லேன்ஸ் மென் குழுவின் முக்கியமான உறுப்பினரான ஷேக்ஸ்பியர், இந்தக் குழுவுக்காக, மேற்சொன்னவை உள்பட, பல புதிய நாடகங்களை எழுதித் தயாரித்தார். 1611 - 12ம் ஆண்டுவரை, சராசரியாக வருடத்துக்கு இரண்டு நாடகங்கள் என்ற விகிதத்தில் எழுதிக் குவித்துக்கொண்டிருந்தார் அவர்.

ஷேக்ஸ்பியரின் இந்த எழுத்து வேகத்தைப்பற்றிப் பேசுகையில், அவருடைய மனமும் கையும் ஒன்றாகச் செயல்பட்டது என்று சொல்வார்கள். அந்த அளவுக்கு, நினைத்ததையெல்லாம் அதே வேகத்தில் எழுதித்தள்ளிக்கொண்டிருந்தார். ஆனால், இந்த வேகத்தால், தனது எந்தப் படைப்பிலும் சுவாரஸ்யக்குறைவு ஏற்பட்டுவிடாதபடி தரமாகவே எழுதிவந்தார் என்பதுதான் விசேஷம்.

இதனால், ஷேக்ஸ்பியர் சார்ந்திருந்த இந்தக் குழுவுக்கு நல்ல புகழும் லாபமும் கிடைத்தது. அந்தக் காலத்தில் லண்டனிலேயே

அதிகம் சம்பாதித்த குழுக்களில் முதன்மையானதாக ‘லார்ட் சாம்பர்லேன்ஸ் மென்’ குழு விளங்கியது.

ஆகவே, இந்தக் குழுவின் பங்குதாரரான ஷேக்ஸ்பியரும் நன்றாகச் சம்பாதித்தார். அப்படிச் சம்பாதித்த பணத்தையெல்லாம், கண்டபடி செலவழித்துத் தீர்த்துவிடாமல், (அப்பா ஜான் ஷேக்ஸ்பியரின் வீழ்ச்சியைப் பார்த்துக் கற்றுக்கொண்ட பாடமாக இருக்கலாம்) புத்திசாலித்தனமான வழிகளில் முதலீடு செய்தார் அவர்.

ஆனால், பணம் சம்பாதிப்பதைமட்டும் தனது நோக்கமாகக் கொள்ளாமல், எல்லோரிடமும் நன்கு பழகக்கூடிய நல்ல மனிதராக இருந்தார் ஷேக்ஸ்பியர். ஒன்றிரண்டு பொறாமைக் கூச்சல்களைத்தவிர, அவரைப்பற்றித் தவறாகச் சொல்கிறவர்கள் யாருமே இல்லை.

அரச குடும்பத்தில் தொடங்கி, தரை டிக்கெட் ரசிகர்கள்வரை எல்லோரிடமும் அவர் புகழ்பெற்றிருந்தபோதும், எந்த கர்வமும் அவருடைய தலையில் ஏறிக்கொள்ளவில்லை. எளிதில் அணுகக்கூடியவர், இனிமையாகப் பழகுபவர், நேர்மையானவர், கண்ணியமானவர் என்றுதான் ஷேக்ஸ்பியரோடு பழகியவர்கள் அவரை வர்ணிக்கிறார்கள்.

1596ம் ஆண்டு, வில்லியம் ஷேக்ஸ்பியரின் குடும்ப வாழ்க்கையில் இன்னொரு பெரிய இழப்பு - ஸ்ட்ராட்ஃபோர்டில் அவருடைய மகன் ஹாம்னெட், பதினொரு வயதில் அகாலமாக மரணமடைந்தான்.

சிறுவன் ஹாம்னெட்டின் மரணத்துக்கான காரணம் சரியாகத் தெரியவில்லை. அந்தக் கால இங்கிலாந்தில் பிளேக் நோயின் தாக்கம் இன்னும் மிச்சமிருந்தது. போதாக்குறைக்கு உணவுப் பஞ்சமும் இருந்தது. இந்த இரண்டில் ஒன்றுதான் ஹாம்னெட்டைத் தாக்கியிருக்கக்கூடும்.

ஷேக்ஸ்பியர் லண்டன் சென்றதிலிருந்து, ஸ்ட்ராட்ஃபோர்டிலிருந்த அவரது குடும்பத்துடன் தொடர்பு குறைந்துவிட்டது என்று

சொல்வார்கள். ஏனெனில், அந்தக் காலத்தில் பிரமாதமான பயண ஏற்பாடுகள் எதுவும் கிடையாது. ஆகவே, லண்டனிலிருந்து ஸ்ட்ராட்ஃபோர்டுக்கு நடந்து செல்வதென்றால், சுமார் நான்கு நாள்கள் ஆகும். குதிரைமீது ஏறிச் சென்றால்கூட, இரண்டு நாள்களாவது பயணம் செய்யவேண்டியிருக்கும்.

ஆகவே, ஷேக்ஸ்பியர் அடிக்கடி ஸ்ட்ராட்ஃபோர்டுக்கு வந்து செல்வது சாத்தியமில்லாத ஒன்றாக இருந்தது. தவிர, அவர் லண்டனின் அதிபிரபலமான நாடகக் கலைஞர்களில் ஒருவராகிவிட்டதாலும், அவரது நாடகக் குழுவின் தவிர்க்கமுடியாத அங்கமாகிவிட்டதாலும், இப்படி நீண்ட பயணங்கள் சென்று திரும்புவது சிரமம்.

இதுபோன்ற பல காரணங்களால், ஷேக்ஸ்பியருக்கும், அவரது மனைவி, குழந்தைகளுக்கும் இடையே பெரிய இடைவெளி உண்டாகிவிட்டது. தனிப்பட்ட வாழ்க்கையை மறந்து, முழுக்கமுழுக்கத் தனது நாடகங்களில்மட்டும் கவனம் செலுத்திக்கொண்டிருந்த அவரை, மகன் ஹாம்னெட்டின் மரணம்தான் உலுக்கித் தரைக்குக் கொண்டுவந்தது.

தமது ஒரே மகனின் இழப்பு, ஷேக்ஸ்பியரை மிகுந்த சோகத்தில் ஆழ்த்தியது. அதன்பின் அவரது பல படைப்புகளில் இந்தச் சோகம் கவித்துவமாக வெளிப்பட்டிருக்கிறது.

உதாரணமாக, ஷேக்ஸ்பியரின் மிகப் பிரபலமான ஐந்து நாடகங்களில் ஒன்றான ‘ஹாம்லட்’, அவரது மகன் ஹாம்னெட்டின் நினைவாக எழுதப்பட்டது என்று சொல்கிறார்கள். நிஜத்தில் ஷேக்ஸ்பியரின் மகன் ஹாம்லட் மரணமடைந்தான். ஆனால், நாடகத்தில், கதாநாயகன் ஹாம்லட்டின் அப்பா மரணமடைந்து, பின்னர் மகனிடம் ஆவியாக வந்து பேசுகிறார்.

ஹாம்னெட்டின் இழப்புதான் ஷேக்ஸ்பியரை ‘ஹாம்லட்’ நாடகம் எழுதவைத்ததா என்பதை நாம் நிச்சயமாகச் சொல்லமுடியாது. ஆனால், ஹாம்னெட் மரணத்துக்குப்பின், அவருக்குத் தனது சொந்த ஊரின் மேலான பாசம் கூடியது உண்மை.

அதுவரை தனது சொந்த, கலைத்துறை நடவடிக்கைகள் அனைத்தையும் லண்டனிலேயே அமைத்துக்கொண்டிருந்த ஷேக்ஸ்பியர், இந்தத் துயரச் சம்பவத்துக்குப்பிறகுதான், சொந்த ஊர் மக்களோடும் தனது குடும்பத்தோடும் அதிகம் நெருங்கிப் பழக ஆரம்பித்தார். அதன்பின், தனது நாடகங்களின்மூலம் கிடைத்த லாபத்தையெல்லாம் பெரும்பாலும் ஸ்ட்ராட்ஃபோர்டிலேயே முதலீடு செய்தார் அவர். (கடைசிக் காலத்தில், நாடக வாழ்க்கையிலிருந்து ஓய்வு பெற்றபின், லண்டனைத் துறந்து, இறுதிவரை ஸ்ட்ராட்ஃபோர்டில்தான் வாழ்ந்தார் ஷேக்ஸ்பியர்.)

மகன் ஹாம்னெட்டை இழந்த வில்லியம் ஷேக்ஸ்பியருக்கு, அப்போதுதான் தன் அப்பாவின் நினைவு வந்ததோ என்னவோ. அதே ஆண்டில் (1596) அப்பா ஜான் ஷேக்ஸ்பியரைக் கை தூக்கிவிட்டார். வில்லியம் ஷேக்ஸ்பியரின் விண்ணப்பத்தின்படி, ஜான் ஷேக்ஸ்பியருக்கு 'கோட் ஆஃப் ஆர்ம்ஸ்' (Coat of Arms) என்ற கௌரவச் சின்னம் கிடைத்தது.

இதற்குமுன், நகரமன்றம், சர்ச், நீதிமன்றம் என்று ஊரில் இருக்கும் எல்லா முக்கிய அமைப்புகளையும் ஒன்று விடாமல் பகைத்துக்கொண்டிருந்த ஜான் ஷேக்ஸ்பியருக்கு, இப்போது இந்த கௌரவம் கிடைத்தது, மகன் வில்லியம் ஷேக்ஸ்பியரின் புகழால்தான் என்று நம்பலாம்.

இதனால், ஜான் ஷேக்ஸ்பியர் குடும்பம் ஊருக்குள் இழந்திருந்த கௌரவமும் மரியாதையும் ஓரளவு திரும்பியது. பின்னர் 1599ல், மீண்டும் நகர அதிகாரியானார் ஜான் ஷேக்ஸ்பியர். (ஆனால், அவர் இந்தப் பதவியை நெடுநாள் அனுபவிக்கமுடியவில்லை. 1601ம் ஆண்டு ஜான் ஷேக்ஸ்பியர் மரணமடைந்தார்.)

ஜான் ஷேக்ஸ்பியரின் நகர அதிகாரிப் பதவி அவருக்குத் திரும்பக் கிடைத்த அதே சமயத்தில், லண்டனில் ஷேக்ஸ்பியரின் 'லார்ட் சாம்பர்லேன்ஸ் மென்' குழுவுக்கு ஒரு புதிய பிரச்னை.

5

இரு அரங்கங்கள்

வில்லியம் ஷேக்ஸ்பியரின் 'லார்ட் சாம்பர்லேன்ஸ் மென்' குழுவினர், தங்களின் நாடகங்களைப் பல்வேறு அரங்குகளில் நடத்திவந்தாலும், அவர்கள் பெருமளவு பயன்படுத்திக்கொண்டிருந்த நாடக அரங்கம், 'தி தியேட்டர்' என்பது.

1576ல் கட்டப்பட்டிருந்த 'தி தியேட்டர்' நாடக அரங்கிற்கும், 'லார்ட் சாம்பர்லேன்ஸ் மென்' நாடகக் குழுவுக்கும், வேறொரு விதத்திலும் நெருங்கிய தொடர்பு உண்டு. இந்த அரங்கத்தைக் கட்டியவர் பெயர் ஜேம்ஸ் பார்பேஜ் *(James Barbage)*. இவருடைய மகன் ரிச்சர்ட் பார்பேஜ் *(Richard Barbage)*, லார்ட் சாம்பர்லேன்ஸ் மென் குழுவின் முக்கியப் பங்குதாரர்களில் ஒருவர்.

ஆகவே, லண்டனுக்கு மிக அருகே அமைந்திருந்த இந்த அரங்கத்தை, ஷேக்ஸ்பியரின் குழுவினர் தங்களின் சொந்த வீடுபோல் நினைத்துக்கொண்டிருந்தார்கள். இந்தக் குழுவுக்காக

ஷேக்ஸ்பியர் எழுதிய பெரும்பாலான நாடகங்கள் இங்குதான் அரங்கேறின.

ஆனால், 'தி தியேட்டர்' அரங்கம் கட்டப்பட்டிருந்த நிலம், ஜேம்ஸ் பார்பேஜுக்குச் சொந்தமானது இல்லை. நில உரிமையாளருடன் இருபது வருட ஒப்பந்தத்தின் அடிப்படையில்தான் அவர் இந்த அரங்கத்தைக் கட்டியிருந்தார்.

ஆகவே, லார்ட் சாம்பர்லேன்ஸ் மென் குழு தொடங்கப்பட்டு ஓரிரு ஆண்டுகளுக்குள், இந்த நிலத்தின் ஒப்பந்தக் காலம் முடிவுக்கு வந்துவிட்டது. ஆகவே, அவர்கள் தொடர்ந்து இந்த அரங்கத்தைப் பயன்படுத்துவதில் சிக்கல் ஏற்பட்டது.

இதனால், தன் மகனின் குழுவினருக்காக, லண்டன் நகரத்தினுள் பிளாக்ஃப்ரைர்ஸ் (Blackfrairs) என்ற இடத்தில் ஒரு புதிய நாடக அரங்கத்தைக் கட்டினார் ஜேம்ஸ் பர்பேஜ்.

ஆனால், இந்தப் புதிய அரங்கத்திற்கும் ஒரு பெரிய பிரச்னை வந்தது.

ஜேம்ஸ் பர்பேஜ் கட்டிவரும் இந்தப் புதிய நாடகக் கூடத்தைப்பற்றிக் கேள்விப்பட்டதும், பிளாக்ஃப்ரைர்ஸ் பகுதியில் வசித்துவந்த பெரிய மனிதர்களெல்லாம் ஒன்றாகச் சேர்ந்து, எங்கள் பகுதியில் நாடக அரங்கமெல்லாம் வரக்கூடாது என்று ஒரேயடியாக எதிர்ப்புக் குரல் எழுப்பினார்கள்.

நாம் ஏற்கெனவே பார்த்ததுபோல், அந்தக் காலத்தில் பெரும்பான்மை மக்களுக்கு இருந்த ஒரே பொழுதுபோக்கு நாடகங்கள்தான். ஆகவே, நாடகக் கூடம் என்று கட்டினால், கூட்டம் கூட்டமாக ரசிகர்கள் வருவார்கள், நடிகர்கள் வருவார்கள், பெரிய புள்ளிகள் வருவார்கள், அன்றாடக் கூலிகள் வருவார்கள், இரவு நெடுநேரம்வரை சத்தம், இரைச்சல், கூச்சல், குழப்பம் என்று இருக்கும் - அமைதியாக வாழ்ந்துகொண்டிருக்கும் எங்களுக்கு இதெல்லாம் சரிப்படாது என்று அந்தப் பகுதியிலிருந்தவர்கள் அரசாங்கத்திடம் முறையிட்டார்கள்.

இப்படிப் புகார் செய்தவர்கள் பெரும்பாலும் பணக்காரர்கள், நகரத்தின் பெரும்புள்ளிகள். ஆகவே, நகர நிர்வாகம் இந்த விவகாரத்தில் உடனடியாகத் தலையிட்டு, பிளாக்ஃப்ரைர்ஸில் ஜேம்ஸ் பர்பேஜ் கட்டியிருக்கும் அரங்கத்தில், நாடகங்கள் நடத்துவதற்குத் தடை விதித்துவிட்டது.

இதனால், இப்போது ஷேக்ஸ்பியர் குழுவினருக்கு இரட்டைப் பிரச்னை. முதலாவதாக, ஜேம்ஸ் பர்பேஜின் பணமெல்லாம் புதிய அரங்கத்தில் முடங்கிவிட்டது. அங்கே நாடகங்கள் நடத்தக்கூடாது என்று அரசாங்கம் அறிவித்துவிட்டதால், அந்த அரங்கத்துக்காக அவர் செலவழித்த பணம் முழுவதும் பயனில்லாமல் வீணாகிவிட்டது!

அடுத்து, இதுவரை நாடகங்கள் நடத்திக்கொண்டிருந்த 'தி தியேட்டர்' அரங்கத்திலும் இப்போது பிரச்னையாகிவிட்டது. இனிமேல், நமது நாடகங்களை வேறு எங்கே நடத்துவது?

இதுபற்றித் தீவிரமாக யோசித்த ஷேக்ஸ்பியர் குழுவினர், தாற்காலிகமாக ஓர் அரங்கத்தை வாடகைக்கு எடுத்து, அங்கே தங்களின் நாடகங்களைத் தொடர்ந்து நடத்தத் தொடங்கினார்கள். இதனால், பிரச்னை சிறிது காலத்துக்குத் தள்ளிப்போடப்பட்டது.

ஆனால், சீக்கிரத்திலேயே, இந்த அரங்கமும் அவர்களுக்குச் சரிப்படாமல்போய்விட்டது. தங்களுக்கென்று சொந்தமாக ஓர் அரங்கம் இருந்தால்தான் சரிப்படும் என்று தெளிவாக உணர்ந்தார்கள் அவர்கள்.

அது சரி, ஆனால், புது அரங்கம் எப்படிக் கட்டுவது? அதற்கான செலவை யார் ஏற்றுக்கொள்வார்கள்? முந்தைய 'தி தியேட்டர்' அரங்கத்துக்காகச் செலவழித்த ஜேம்ஸ் பர்பேஜ், இப்போது உயிருடன் இல்லை. அவர் பார்த்துப் பார்த்துக் கட்டிய பிளாக்ஃப்ரைர்ஸ் அரங்கம், வெறும் கட்டடமாகப் பயனின்றி நிற்பதை நினைத்து, அந்த ஏக்கத்திலேயே அவர் 1597ம் ஆண்டு மரணமடைந்துவிட்டார்.

ஜேம்ஸ் பர்பேஜ் இறந்து பல ஆண்டுகளுக்குப்பின், அவருடைய மகன் சார்ந்திருந்த நாடகக் குழுவினர் அதே பிளாக்ஃப்ரைர்ஸுக்குத் திரும்பி, வெற்றிகரமாகத் தங்களின் நாடகங்களை நடத்தினார்கள். ஆனால், அதெல்லாம் பிற்காலக் கதை. இப்போது 1598ல், அதே குழுவினர், அடுத்து எங்கே நாடகம் நடத்துவது என்று தெரியாமல் தவித்துக்கொண்டிருக்கிறார்கள்.

இப்போது புதிய அரங்கம் ஒன்றைக் கட்டுவதென்றால், ஏராளமாகப் பணம் தேவைப்படும். பர்பேஜ் குடும்பத்தினரிடம் தற்சமயம் அந்த அளவு பணம் இல்லை. ஆகவே, வேறு யாராவது முதலீடு செய்தால்தான் உண்டு.

இப்படிச் சிந்தித்தபோதுதான், அவர்களுக்கு ஒரு நல்ல யோசனை தோன்றியது. நாடகக் குழு தொடங்கியபோது, பல பங்குதாரர்களைச் சேர்த்துக்கொண்டதுபோலவே, இப்போது புதிய அரங்கத்துக்கும் பங்குதாரர்களைச் சேர்த்துக்கொண்டால் என்ன?

அதாவது, ஒருவரே முதலீடு செய்து நாடக அரங்கம் கட்டாமல், பலரிடமிருந்து பணம் திரட்டி அரங்கம் கட்டுவது, அதை ‘லார்ட் சாம்பர்லேன்ஸ் மென்’ குழு தங்களின் அரங்கம்போலவே பயன்படுத்திக்கொள்ளலாம். ஓழிந்த நேரத்தில், அதை மற்றவர்களுக்கும் வாடகைக்கு விடலாம். கிடைக்கும் லாபத்தில், முதலீடு செய்தவர்கள் எல்லோருக்கும் ஒரு பங்கைக் கொடுத்துவிடவேண்டும்.

இந்தத் திட்டத்தின்படி, வில்லியம் ஷேக்ஸ்பியர் உள்பட, மொத்தம் ஆறு நாடகக் கலைஞர்கள் புதிய அரங்கத்தின் பங்குதாரர்களாக முன்வந்தார்கள். இவர்களில் பெரும்பாலானவர்கள் ஏற்கெனவே ‘லார்ட் சாம்பர்லேன்ஸ் மென்’ குழுவில் முதலீடு செய்திருந்தவர்கள்தான். அதில் தங்களுக்குக் கிடைத்திருந்த லாபத்தைதான், புதிய அரங்கத்தில் முதலீடு செய்வதற்கு முனைந்தார்கள்.

ஷேக்ஸ்பியரும் மற்ற நண்பர்களும் பெரும் கனவுகளோடு

இந்தப் புதிய அரங்கத்தைக் கட்டுவதற்குத் திட்டமிட்டார்கள். தேம்ஸ் நதிக்கரையில் அழகான ஓர் இடம் இதற்காகத் தேர்ந்தெடுக்கப்பட்டது.

புதிய அரங்கத்துக்கான கட்டட வேலைகள் தொடங்கியபோது, அதற்கான கட்டுமானப்பொருள்களையெல்லாம், நம்முடைய பழைய அரங்கத்திலிருந்தே எடுத்துக்கொள்ளலாம் என்று யாரோ யோசனை சொல்லியிருக்கிறார்கள்.

தர்க்கரீதியாக யோசிக்கிறபோது, மேற்படி யோசனையில் எந்தத் தவறும் இல்லை. 'தி தியேட்டர்' கட்டப்பட்டிருந்த நிலம்மட்டும்தான் இன்னொருவருக்குச் சொந்தம், மற்றபடி அதில் நாடக அரங்கம் கட்டியவர் ஜேம்ஸ் பர்பேஜ். அவருடைய வாரிசுகள்தான் இந்தப் புதிய அரங்கத்தைக் கட்டுகிறவர்கள். ஆகவே, அவர்களுக்கு, அந்தப் பழைய அரங்கத்தில் நிச்சயமாக உரிமை உண்டு. நிலத்தைமட்டும் விட்டுவிட்டு, அரங்கத்தை மொத்தமாகப் பெயர்த்தெடுத்துக்கொண்டு வந்துவிடலாம்.

இப்படியொரு எண்ணத்தோடு கிளம்பிய அவர்கள், பழைய அரங்கத்தைத் தகர்த்து, மரம் முதலான கட்டுமானப் பொருள்களைப் பொட்டலம் கட்டி, புதிய அரங்கத்துக்காகத் தேர்ந்தெடுக்கப்பட்டிருந்த பகுதிக்குத் தூக்கிக்கொண்டு வந்துவிட்டார்கள்.

இந்தச் சம்பவம் நடந்தபோது, 'தி தியேட்டர்' கட்டப்பட்டிருந்த நிலத்தின் உரிமையாளர் லண்டனில் இல்லை. பின்னர் அவர் இந்த விஷயத்தைக் கேள்விப்பட்டதும், லபோதிபோ என்று வாயிலும் வயிற்றிலும் அடித்துக்கொண்டு ஊருக்கு வந்து சேர்ந்தார். உடனடியாக, இதில் சம்பந்தப்பட்ட எல்லோர்மீதும் நீதிமன்றத்தில் வழக்குத் தொடர்ந்தார்.

இந்த வழக்கில், 'லார்ட் சாம்பர்லேன்ஸ் மென்' தரப்புதான் வெற்றிபெற்றது. ஆகவே, பழைய 'தி தியேட்டர்' அரங்கத்தைப் பிரித்து, அதே பொருள்களைப் பெருமளவு பயன்படுத்தி புதிதாகக் கட்டப்பட்ட நாடக அரங்கம், முறைப்படி அவர்களுக்கே உரிமையாக ஆனது.

1599ம் ஆண்டில் திறக்கப்பட்ட அந்த நாடக அரங்கத்தின் பெயர், 'தி க்ளோப்' (The Globe). ஒரே நேரத்தில் சுமார் 2500 பேர்வரை நாடகங்களைப் பார்த்து ரசிக்கும்படி கட்டப்பட்டிருந்த இந்த நாடக அரங்கம், அந்தக் கால லண்டனின் மிகப் பெரிய அரங்குகளில் ஒன்றாக விளங்கியது.

கம்பீரமான கட்டமைப்பைக் கொண்ட 'தி க்ளோப்' அரங்கின் நடுவே வட்ட வடிவிலான நாடக மேடை, அதைச் சுற்றிலும், மூன்று அடுக்குகளாகப் பார்வையாளர் இருக்கைகள் அமைக்கப்பட்டிருந்தன. இவற்றில் மேல் அடுக்கு, திறந்த அமைப்புடையது, மலிவான விலை டிக்கெட்களை வாங்கும் ரசிகர்களுக்கானது. ஒருவேளை நாடகம் நடக்கும்போது மழை பெய்தால், இந்த அடுக்கிலுள்ள ரசிகர்கள் மழையில் நனைந்தபடி நாடகம் பார்க்கவேண்டியதுதான். அல்லது, அதிகப் பணம் கொடுத்து, கீழ் அடுக்குகளுக்குத் தாவிக்கொள்ளலாம்!

'தி க்ளோப்' திறக்கப்பட்டபின், ஷேக்ஸ்பியரின் பெரும்பாலான நாடகங்கள், இந்த நாடக அரங்கில்தான் நடத்தப்பட்டன. முந்தைய நாடக அரங்குகளைவிட, இந்த அரங்கத்தில் பல நவீனமான கூடுதல் வசதிகள் செய்யப்பட்டிருந்ததால், ஷேக்ஸ்பியரின் நாடகங்களிலும் பல புதுமையான காட்சி அமைப்புகள், புதிய உத்திகள் இடம்பெறத்தொடங்கின.

உதாரணமாக, 'ஹாம்லட்' நாடகத்தில், ஹாம்லட்டின் அப்பா இறந்துவிடுகிறார். பின்னர், அவர் ஹாம்லட்டைப் பார்ப்பதற்காக ஆவியாக வருகிறார். இதுபோன்ற காட்சிகளில், ஆவி 'தோன்றுவதைக்' காட்டுவதற்கான ரகசிய அறைகள்கூட, 'தி க்ளோப்' அரங்கின் மேடையில் இருந்தன.

பதினேழாம் நூற்றாண்டின் தொடக்கத்தில், லார்ட் சாம்பர்லேன்ஸ் மென் குழுவினர் அடைந்த அபாரமான வெற்றிக்கு, 'தி க்ளோப்' நாடக அரங்கும் ஒரு முக்கியமான காரணம். நல்ல நாடகங்களை இந்த அரங்கத்தில்தான் பார்க்கவேண்டும் என்று விரும்பி ஆதரவளித்தார்கள் ரசிகர்கள்.

இந்த அரங்கை, உள்ளூர் ரசிகர்கள் மட்டுமின்றி, வெளிநாட்டினரும்கூட விரும்பி ரசித்திருப்பதாகத் தெரிகிறது. உதாரணமாக, 1599 செப்டம்பரில், தாமஸ் பிளாட்டர் (Thomas Platter) என்ற ஸ்விட்ஸர்லாந்து தேசப் பயணி, 'தி க்ளோப்' அரங்கில் நடத்தப்பட்ட ஷேக்ஸ்பியரின் 'ஜூலியஸ் சீஸர்' நாடகத்தைப் பார்த்துவிட்டு, அரங்கையும் நாடகக் குழுவினரையும்பற்றி விரிவாக எழுதியிருக்கிறார்.

'தி க்ளோப்' அரங்கத்தைக் கட்டுவதற்கான செலவில், வில்லியம் ஷேக்ஸ்பியரின் பங்கு என்ன என்பது தெரியவில்லை. ஆனால், இந்த அரங்கு சம்பாதித்த லாபத்தில், சுமார் பத்து சதவீதம்வரை ஷேக்ஸ்பியருக்குக் கிடைத்ததாக சொல்லப்படுகிறது.

அந்தக் கால இங்கிலாந்தில், மேடை நாடகங்களின்மூலம் அதிக அளவு சம்பாதித்தவர் ஷேக்ஸ்பியராகதான் இருப்பார். நாம் முன்பே பார்த்ததுபோல், தனது சம்பாத்தியத்தையெல்லாம், வீடுகள், குடியிருப்பு நிலங்கள், விவசாய நிலங்கள் போன்றவற்றில் கவனமாக முதலீடு செய்தார் ஷேக்ஸ்பியர். இதில் அவருக்கு நல்ல லாபம் கிடைத்தது.

ஷேக்ஸ்பியர் 'தி க்ளோப்' நாடக அரங்கில் முதலீடு செய்ததைப் பார்த்தோம். ஆனால், அதற்குமுன்பே (1597 மே) அவர் தனக்கென்று தனி வீடு வாங்கிக் குடியேறிவிட்டார்.

இந்தப் புது வீடு, லண்டனில் இல்லை. ஷேக்ஸ்பியரின் சொந்த ஊரான ஸ்ட்ராட்ஃபோர்டில். அந்த ஊரிலேயே மிகப் பெரிய வீடுகளில் ஒன்றை விலைக்கு வாங்கி, அதற்கு 'நியூ ப்ளேஸ்' (New Place) என்று பெயர் சூட்டியிருந்தார் ஷேக்ஸ்பியர்.

இதேபோல், 1602ம் ஆண்டு, ஸ்ட்ராட்ஃபோர்டில் நூற்றி ஏழு ஏக்கர் நிலம் வாங்கினார் ஷேக்ஸ்பியர். இதுபோன்ற நல்ல முதலீடுகளால், அவர் நாடகம் எழுதிச் சம்பாதித்த காசெல்லாம், பலமடங்காகப் பெருகியது.

இந்தக் காலகட்டத்தில் வில்லியம் ஷேக்ஸ்பியர் எழுதிய முக்கியமான நாடகங்கள்:

- *As you like it (நகைச்சுவை)*
- *Twelfth Night (காதல், நகைச்சுவை)*
- *All's well That Ends Well (காதல், நகைச்சுவை)*
- *Hamlet (துயரம்)*
- *Julius Caesar (சரித்திரம், துயரம்)*

மேற்கண்ட நாடகங்கள் அனைத்துமே, ஷேக்ஸ்பியரின் மிகச் சிறந்த படைப்புகளின் பட்டியலில் இடம்பெறக்கூடியவை. கனமான படைப்புகளையும் நகைச்சுவைப் படைப்புகளையும் சம விகிதத்தில் கலந்து, அவற்றைத் தரமான விதத்தில் சிறப்பாக எழுதிவந்தார் ஷேக்ஸ்பியர். இந்த ஆண்டுகளில் அவர் எழுதிய ஒவ்வொரு படைப்பிலும், இந்தத் தரம் மிளிர்வதைப் பார்க்கலாம்.

முன்புபோலவே, நகைச்சுவை கலந்த நாடகங்கள், துயர காவியங்கள் என இருவகையிலான படைப்புகளையும் எழுதிவந்தார் ஷேக்ஸ்பியர். 'ஜுலியஸ் சீஸர்' போன்ற அவரது நாடகங்கள், சரித்திரச் சூழலில், நாடகத்தன்மை கலந்த சிறந்த படைப்புகளாக அமைந்தன. ('ஜுலியஸ் சீஸர்' நாடகத்தின் தொடர்ச்சிபோல், பின்னர் 'ஆன்டனி & க்ளியோபாட்ரா' (Antony and Cleopatra) என்ற சரித்திர நாடகத்தை எழுதினார் ஷேக்ஸ்பியர். இதுவும் துயர வகை நாடகம்தான்.)

1603ம் ஆண்டு பிப்ரவரி மாதம் 24ம் தேதி, இங்கிலாந்து ராணி எலிசபெத் I மரணமடைந்தார். வில்லியம் ஷேக்ஸ்பியரின் நாடகங்கள், கவிதைகளை விரும்பி ரசித்த இந்த அரசிக்குப்பின், ஜேம்ஸ் I அரசரானார்.

இவருக்கும் ஷேக்ஸ்பியர் படைப்புகளின்மீது பிரியம் அதிகம். அந்த அடிப்படையில், ஷேக்ஸ்பியர் சார்ந்திருந்த 'லார்ட் சாம்பர்லேன்ஸ் மென்' குழுவைத் தன்னுடையதாக ஏற்றுக்கொண்டு, அதற்கு வேண்டிய உதவிகளைச் செய்வதாக உறுதியளித்தார் புதிய அரசர்.

ராஜாவின் ஆதரவை ஏற்றுக்கொண்டபின்னும், பழைய சாம்பர்லேன் நினைவுப் பெயரைத் தொடரமுடியுமா? 'லார்ட் சாம்பர்லேன்ஸ் மென்' குழு, 'கிங்ஸ் மென்' (King's Men) என்று புதுப்பெயர் பெற்றது.

நாடகக் குழுவின் பெயரும் ஆதரவாளரும்தான் மாறியதே தவிர, வேறு எதுவுமே மாறவில்லை. இங்கிலாந்தின் மிகச் சிறந்த நடிகர்கள், மிகச் சிறந்த நாடக அரங்கம், அதைவிட முக்கியமாக, மிகச் சிறந்த நாடக ஆசிரியரின் கைவண்ணத்தில் தனது வெற்றிப் பயணத்தைத் தொடர்ந்தது அந்தக் குழு!

6

மேடைப் பயணம்

1603ம் ஆண்டில், இங்கிலாந்தின் புதிய மன்னரான ஜேம்ஸ் I அவர்களின் ஆதரவை ஏற்றுக்கொண்டு, "கிங்ஸ் மென்" என்று குழுவின் பெயரை மாற்றியபின், அடுத்த பத்து ஆண்டுகளுக்கு ஷேக்ஸ்பியரின் கலைத்துறைப் பங்களிப்புகள் மிகச் சிறப்பாக அமைந்தன. அவருடைய புனைவுலகின் உச்சம் என்று இந்தக் காலகட்டத்தைக் குறிப்பிடலாம்.

இந்தப் பத்து ஆண்டுகளில், ஷேக்ஸ்பியர் எழுதிய முக்கியமான நாடகங்கள் :

- *Othello (சோகம்)*
- *King Lear (சோகம்)*
- *Macbeth (சோகம்)*
- *Henry VIII (சரித்திரம்)*
- *Antony and Cleopatra (சரித்திரம், காதல், சோகம்)*
- *The Tempest (பொது)*

இந்த நாடகங்கள் ஒவ்வொன்றும், இன்றுவரை ஷேக்ஸ்பியரின் பெயரைச் சொல்லிக்கொண்டிருப்பவை. இந்தக் காலகட்டத்தின் இறுதியில் தான் ஓய்வுபெற்றுவிடப்போகிறோம் என்று அவருக்கு ஏற்கெனவே தெரிந்திருந்ததோ, அல்லது இவற்றை எழுதி முடித்த திருப்தியில்தான் அவர் ஓய்வு பெற்றுவிட்டாரோ தெரியவில்லை. இந்தப் பத்து ஆண்டுகளில் தனது முழுத் திறமையையும் வெளிப்படுத்தி எழுதினார் ஷேக்ஸ்பியர்.

இந்த நாடகங்களையும் சேர்த்து, வில்லியம் ஷேக்ஸ்பியர் படைத்துள்ள நாடகங்கள் மொத்தம் 37. அவற்றின் முழுமையான பட்டியலை இங்கே பார்க்கலாம். (அடைப்புக்குறிக்குள் உள்ளது, அந்த நாடகம் எப்போது எழுதப்பட்டது என்கிற தோராயமான கணக்குதான். ஏனெனில், ஷேக்ஸ்பியரின் பெரும்பாலான நாடகங்கள் எழுதப்பட்ட கால விவரம் நிச்சயமாகத் தெரியாத நிலையே இன்னும் நீடிக்கிறது. ஆகவே புத்தகப் பதிப்பு விவரங்கள், நாடகங்களில் இடம்பெறும் சம்பவங்கள், தகவல்கள், எழுதப்பட்ட நடை, பிற கட்டுரைகள், நூல்களில் வெளியான குறிப்புகள் ஆகியவற்றை அடிப்படையாகக் கொண்டு, உத்தேசமான ஒரு கால வரிசை கணிக்கப்படுகிறது.)

01. Henry VI பாகம் I (1589 - 90)

02. Henry VI பாகம் II (1590 - 91)

03. Henry VI பாகம் III (1590 - 91)

04. The Taming of the Shrew (1592)

05. The Two Gentlemen of Verona (1592 - 93)

06. Richard III (1592 - 93)

07. Titus Andronicus (1590 - 94)

08. The Comedy of Errors (1590 - 94)

09. Love's Labour Lost (1590 - 94)

10. Richard II (1595)

11. A Midsummer Night's Dream (1595)

12. Romeo and Juliet (1595 - 96)

13. *Henry IV* பாகம் *I (1596)*
14. *King John (1595 - 97)*
15. *Henry IV* பாகம் *II (1597)*
16. *The Merry Wives of Windsor (1597)*
17. *The Merchant of Venice (1596 - 98)*
18. *Much Ado About Nothing (1598)*
19. *Henry V (1599)*
20. *Julius Caesar (1599)*
21. *As You Like It (1599)*
22. *Hamlet (1600 - 01)*
23. *Twelfth Night (1600 - 02)*
24. *Troilus and Cressida (1601 - 02)*
25. *All's Well That Ends Well (1602 - 03)*
26. *Othello (1604)*
27. *Measure for Measure (1604 - 05)*
28. *King Lear (1605 - 06)*
29. *Macbeth (1605 - 06)*
30. *Antony and Cleopatra (1606 - 07)*
31. *Coriolanus (1607 - 08)*
32. *Pericles (1607 - 08)*
33. *Timon of Athens (1605 - 09)*
34. *Cymbeline (1609 - 10)*
35. *The Winter's Tale (1611)*
36. *Henry VIII (1613)*
37. *The Tempest (1613)*

இந்த நூலின் பிற்பகுதியில், இந்த முப்பத்தேழு நாடகங்களுள், மிகப் பிரபலமானவற்றைத் தேர்ந்தெடுத்து, அவற்றின் கதைச் சுருக்கத்தைத் தமிழில் கொடுத்துள்ளோம். இந்த

அத்தியாயத்துடன் அதையும் சேர்த்து வாசித்தால், வில்லியம் ஷேக்ஸ்பியரின் படைப்புலகம்பற்றிய முழுமையான அறிமுகம் கிடைக்கும்.

'ஷேக்ஸ்பியரின் சொந்த வாழ்க்கையில் அனுபவங்கள் எல்லா வகையிலும் விசேஷமானதாகவோ, நுண்ணிய அம்சங்கள் நிறைந்ததாகவோ இல்லை. ஆதலால், அவருடைய படைப்புகள் அவருடைய அனுபவத்தைச் சார்ந்தவை அல்ல. அதே நேரத்தில், அப்படைப்புகள் வெறும் வறட்டுச் செய்திகள் அல்லது கருத்துகள்மட்டும் கொண்டதாகவும் இல்லை', என்று எழுதுகிறார் அசோகமித்திரன்.

ஷேக்ஸ்பியரின் நாடகங்களை, அவை எழுதப்பட்ட கால வரிசைப்படி நான்கு பிரிவுகளாகப் பிரிப்பார்கள்.

இதில் முதலாவது பிரிவு, ஆரம்ப கால நாடகங்கள். அதாவது, 1594ம் ஆண்டில், ஷேக்ஸ்பியர் 'லார்ட் சாம்பர்லேன்ஸ் மென்' குழுவில் இணையும்வரை அவர் எழுதிய நாடகங்கள்.

இந்த நாடகங்கள் அனைத்தையும், அவர் எந்தக் குழுவுக்காக எழுதினார். அதில் யார் யார் நடித்தார்கள் என்பதுபோன்ற விவரங்கள் நமக்கு அதிகம் கிடைக்கவில்லை. பெரும்பாலான ஆய்வாளர்களின் கருத்துப்படி, இவை ஒரே குழுவுக்காக எழுதப்பட்ட நாடகங்களாக இருக்க வாய்ப்பில்லை.

ஏனெனில், இந்தக் காலகட்டத்தில் ஷேக்ஸ்பியர் எந்த நாடகக் குழுவிலும் நிரந்தர உறுப்பினராக இல்லை. இங்கே ஒன்று, அங்கே ஒன்று, இவருக்கு ஒன்று, அவருக்கு ஒன்று என, விரும்பிக் கேட்பவர்களுக்கு எழுதித்தரும் சுதந்தரமான எழுத்தாளராகதான் *(Freelancer)* அவர் இருந்திருக்கிறார் என்று நம்பப்படுகிறது.

அதேபோல், இந்த நாடகங்கள் அனைத்தும், ஜனரஞ்சகமானவை. நம் ஊர் சினிமாக்காரர்கள் 'மினிமம் காரண்டி' *(Minimum Guarantee)* என்று சொல்வதுபோல், தப்பு செய்யாத கதைகள், குழப்பமின்றி எல்லோரும் ரசிக்கும்படியான வசனங்கள், காட்சி அமைப்புகள். நாடக ரசிகர்களிடையே ஷேக்ஸ்பியருக்கு

மிகப் பெரிய அறிமுகத்தையும் புகழையும் உருவாக்கித்தந்த நாடகங்கள் இவை.

பெரும்பாலான அவரது நாடகங்களின் வெற்றி ரகசியம், நாடகத் தொடக்கத்திலிருந்து கலகலப்பான பின்னணியில் ஒவ்வொன்றாகப் பல முடிச்சுகளைத் தோரணமாக்கிவிட்டு, அதன்பின் அவற்றை ஒவ்வொன்றாக அவிழ்க்கும் அழகான உத்திதான்.

இந்த நாடகங்களின் வெற்றிக்கு இன்னொரு முக்கியமான காரணம், நகைச்சுவை கலந்த கதைப்போக்கும் வசனங்களும்தான். குறிப்பாக, அந்தக் காலப் பெரிய மனிதர்களின் போலி நடவடிக்கைகள், செயற்கையான பழக்கவழக்கங்கள், பகட்டு போன்றவற்றைக் கிண்டலடித்து எழுதிய வசனங்கள், எல்லாத் தரப்பிலும் மிகுந்த வரவேற்பைப் பெற்றன.

அதேசமயம், வெறும் நகைச்சுவைத் தோரணங்களாகத் தனது நாடகங்களை அமைத்துக்கொள்ளாமல், பல புதிய விஷயங்களை முயன்றுபார்த்திருக்கிறார் ஷேக்ஸ்பியர். இந்தக் காலகட்டத்தில் அவர் எழுதிய நாடகங்களை இப்போது வாசிக்கும்போது, அவருடைய பிற்காலப் படைப்புகளோடு அவற்றை ஒப்பிட்டுப் பாராட்டமுடியாவிட்டாலும், தன்னளவில் அவை நல்ல படைப்புகளாகவே அமைந்துள்ளன.

இதன்மூலம் நமக்குத் தெளிவாகத் தெரிகிற விஷயம், ஷேக்ஸ்பியர் தனது நாடக எழுத்தைச் சாதாரணமாக எடுத்துக்கொள்ளவில்லை. நடிகராக இருந்து, நாடக ஆசிரியரான அவர், வெறுமனே பணம் சம்பாதிக்கிற வாய்ப்பாகமட்டும் இதைக் கருதவில்லை. இந்தத் துறையில் சிறந்து விளங்கவேண்டும் என்கிற நோக்கத்தோடுதான் அவர் தனது ஒவ்வொரு படைப்பையும் செய்திருக்கிறார், ஒவ்வொரு நாடகத்தையும் புதிதாகக் கற்றுக்கொள்ளும் வாய்ப்பாகவும் நல்ல பயிற்சியாகவும் நினைத்திருக்கிறார். இந்த ஆர்வமும், ஆரம்ப கால நாடகங்களில் சரியாக / தவறாகச் செய்து பெற்ற அனுபவங்களும்தான் அவருடைய பிற்காலப் படைப்புகளில் மிளிர்கிற முதிர்ச்சிக்கு முக்கியக் காரணம்.

ஷேக்ஸ்பியர் மற்றவர்களின் படைப்புகளைக் காப்பி அடித்து எழுதுகிறார் என்ற குற்றச்சாட்டு எழுந்ததும் இந்த சமயத்தில்தான். இதற்கு முக்கியமான காரணம், ஆரம்ப காலத்தில் அவர் எழுதிய சரித்திர நாடகங்கள்தான்.

சரித்திரம் என்றாலே, அதைப் பலரும் ஆராய்ந்திருப்பார்கள். அவர்கள் அவற்றை நூல்களாகவோ, புனைகதைப் படைப்புகளாகவோ, அல்லது நாடகங்களாகக்கூட எழுதியிருக்க வாய்ப்புகள் உண்டு. அந்தக் குறிப்புகளைப் பயன்படுத்தி, அல்லது, அந்தப் படைப்புகளால் தாக்கம் பெற்று, அந்தக் கதையை ஷேக்ஸ்பியர் தனது நடையில் புதிதாக எழுதினால், ‘என் புத்தகத்தைச் சுட்டுவிட்டார்’, என்று யாரேனும் ஒரு மூலையிலிருந்து கூச்சலிட்டார்கள்.

உதாரணமாக, நீங்கள் ராஜராஜசோழனைப்பற்றி ஒரு நாடகம் எழுதியிருக்கிறீர்கள், அல்லது திரைப்படம் எடுத்திருக்கிறீர்கள். அதே அரசனின் கதையை உங்கள் பக்கத்து வீட்டுக்காரரும் நாடகமாக்க முயல்கிறார். அப்போது, நீங்கள் பயன்படுத்திய சம்பவங்களில் சிலது அவருடைய நாடகத்திலும் இடம்பெறுவதைத் தவிர்க்கமுடியாது அல்லவா? ஆகவே, இதை வைத்துக்கொண்டு, அவர் உங்களுடைய நாடகத்தைக் காப்பி அடித்துவிட்டதாகச் சொன்னால், அது சரியாகுமா?

இந்தப் பிரச்னைதான் ஷேக்ஸ்பியருக்கும் ஏற்பட்டது. பெரும்பாலும், எங்கேயோ கேட்ட / படித்த கதைகளைதான், அவர் தனது பாணியில் நாடகங்களாக உருவாக்கிக்கொண்டிருந்தார். கதை பழசாக இருந்தாலும், அதன் நாடகமாக்கமும் விறுவிறுப்பான கதையோட்டமும் நளினமான கவிதை நடையிலான வசனங்களும் முழுக்க முழுக்க ஷேக்ஸ்பியருடையவை. ஆகவே, கலைப்படைப்பு என்ற விதத்தில், அது அவருக்கே முழுச் சொந்தம். 'இரும்பைப் பொன்னாக்கும் இலக்கியச் சித்து வேலை’ என்று அவரது படைப்புகளை வர்ணிக்கிறார் இந்திரா பார்த்தசாரதி.

ஆனால், அந்தக் கால விமர்சகர்களும் மற்றவர்களும் இந்த

விஷயத்தைக் கண்டுகொள்ளவே இல்லை. மக்களிடையே ஷேக்ஸ்பியர் அடைந்திருந்த புகழ், அவர்களுடைய கண்ணை மறைத்துவிட்டதோ என்னவோ, அவருடைய பெரும்பாலான நாடகங்களைப்பற்றி, இந்தக் கதை என்னுடையது, இந்தக் கதாபாத்திரத்தை நான் முன்னமே என் நாடகத்தில் பயன்படுத்தியிருக்கிறேன் என்றெல்லாம் பரபரப்பான குற்றச்சாட்டுகள் எழுந்தன.

இந்தப் பொறாமை மனப்பான்மையின் உச்சமாகதான், 1592ம் ஆண்டில், நாடக ஆசிரியர் ராபர்ட் க்ரீனெ ஷேக்ஸ்பியரை, 'நம் சிறகுகளைக்கொண்டு தன்னை அலங்கரித்துக்கொள்கிறார்', என்று குற்றம் சாட்டினார்.

நல்லவேளையாக, பெருவாரியான நாடக ரசிகர்கள், ஆர்வலர்களிடையே ஷேக்ஸ்பியருக்குதான் ஆதரவு அதிகம் இருந்தது. அதனால்தான், ஷேக்ஸ்பியர் இன்றுவரை மிகச் சிறந்த நாடக ஆசிரியராக அறியப்பட்டுவருகிறார். அவருடைய நாடகங்கள் எழுதப்பட்டு கிட்டத்தட்ட நானூறு ஆண்டுகளுக்குப்பின்னும், தொடர்ந்து வாசிக்கப்படுகின்றன. ஒவ்வொரு தலைமுறையிலும், மில்லியன் கணக்கில் ஷேக்ஸ்பியருக்குப் புது ரசிகர்கள் கிடைத்துக்கொண்டிருக்கிறார்கள். ஆகவே, காலத்தின் தீர்ப்பில், ராபர்ட் க்ரீனெவின் அந்தக் குற்றச்சாட்டு, இப்போது வெறும் துணுக்குச் செய்தி என்கிற அளவுக்குச் சுருங்கிவிட்டது.

ஷேக்ஸ்பியர் படைப்புலகின் இரண்டாவது கட்டமாக, அவர் தன்னுடைய நாடகக் குழுவுக்காக எழுதிய ஆரம்ப கால நாடகங்களைச் சொல்லலாம்.

பிளேக் நோய் காரணமாக நீண்ட காலத்துக்கு மூடப்பட்டிருந்த இங்கிலாந்து நாடக அரங்குகள், மீண்டும் திறந்தபோது, ஷேக்ஸ்பியரின் நாடகங்களுக்கு நல்ல வரவேற்பு இருந்தது. அவர் சார்ந்திருந்தது ஒரு புதிய நாடகக்குழுதான். என்றாலும், அவருடைய சுவையான நாடகங்கள் ரசிகர்களைக் கவர்ந்திழுத்தன என்று சொல்லலாம். ஆகவே, இந்தக்

காலகட்டத்தில் தொடர்ச்சியாகப் பத்துக்கும் மேற்பட்ட நாடகங்களை எழுதிக் குவித்தார் ஷேக்ஸ்பியர்.

அந்தக் காலத்தில், நாடகம் என்றாலே இரண்டு வகைகள்தான் - கலகலக்கவைக்கும் நகைச்சுவை நாடகங்கள், துயரச் சம்பவத்தோடு முடியும் சோக நாடகங்கள். ஆங்கிலத்தில் இயைபோடு சொன்னால், காமெடி, டிராஜெடி!

நகைச்சுவை, துயரம் என்னும் இந்த இரண்டு வகைகளிலும் ஷேக்ஸ்பியர் திறம்படச் செயல்பட்ட காலகட்டம் இது. ஏற்கெனவே அவர் பல சிறந்த நகைச்சுவை நாடகங்களை எழுதியிருந்தார். ஆகவே, அந்தக் கலை நுட்பம் அவருக்கு நன்றாகவே கைவந்திருந்தது. இந்த ஆண்டுகளில், மேலும் பல சுவாரஸ்யமான கதைக்கருக்களை, வேடிக்கையான கதாபாத்திரங்களுடன் கலந்து தந்தார் அவர்.

ஆனால், ரசிகர்கள் வெறுமனே சிரித்துவிட்டுப்போகும் இந்த வகை நாடகங்களோடு நின்றுவிடாமல், துயரம் கலந்த கனமான நாடகங்களையும் எழுதி, அவர்கள் மனத்தில் ஆழமான இடம் பிடிக்க விரும்பினார் ஷேக்ஸ்பியர். ஆகவே, இதே இரண்டாம் நிலையில், அவருடைய இரண்டு சோக நாடகங்களையும் பார்க்கிறோம்.

இவற்றில் ரோமியோ, ஜூலியட் கதை, சுவாரஸ்யமான ஒரு காதல் நாடகமாக விரிந்து, கதாநாயகன், நாயகி இருவருமே மரணமடைகிற சோக சம்பவத்துடன் முடிகிறது. இன்னொரு நாடகமான ஜூலியஸ் சீஸர், ரோம் அரசன் ஜூலியஸ் சீஸர் சந்தித்த துரோகத்தை நுணுக்கமாக விவரிக்கிறது. (மிகப் பிரபலமான 'நீயுமா புரூட்டஸ்?' (*Et tu, Brute?*) வசனம் இந்த நாடகத்தைச் சேர்ந்ததுதான்!)

ரோமியோ & ஜூலியட், ஜூலியஸ் சீஸர் ஆகிய இந்த இரு நாடகங்களும்தான், பிற்காலத்தில் ஷேக்ஸ்பியர் தந்த பல அற்புதமான சோக நாடகங்களுக்கு முன்னோட்டமாக அமைந்தன. அந்தப் படைப்புகளோடு ஒப்பிடுகையில், இவற்றில்

சோகத்தின் ஆழம் போதாது என்று சொல்கிறவர்கள் உண்டு. ஆனாலும், இவை இரண்டும் வெற்றிகரமான நாடகங்களாகவே மதிக்கப்படுகின்றன.

இதையடுத்து, ஷேக்ஸ்பியர் படைப்புகளின் மூன்றாவது நிலை தொடங்குகிறது. நாம் இந்த அத்தியாயத்தின் தொடக்கத்தில் பார்த்ததுபோல், ஷேக்ஸ்பியரின் மிகச் சிறந்த பல படைப்புகள் இந்தக் காலகட்டத்தில் எழுதப்பட்டவைதான்.

அதுவரை, நாடகங்களின் கதைக் கருக்கள், சுவாரஸ்யமான காட்சி அமைப்புகள், சம்பவங்கள், காட்சிச் சூழல், வசனங்கள் ஆகியவற்றில் கவனம் செலுத்திக்கொண்டிருந்த ஷேக்ஸ்பியர், இந்த கவனத்தைக் கொஞ்சமும் குறைத்துக்கொள்ளாமல், அல்லது சமரசம் செய்துகொள்ளாமல், வேறொரு முக்கியமான விஷயத்திற்கும் அதிக முக்கியத்துவம் கொடுக்கத்தொடங்கினார் - இந்தக் காலகட்டத்தில் ஷேக்ஸ்பியர் எழுதியுள்ள பல நாடகங்களில், கதாபாத்திரங்களின் உணர்வுகள், மனப் போராட்டங்கள், சிந்தனைகள், உள் மன அலசல்கள் ஆகியவற்றைக் காணமுடிகிறது.

இந்த விஷயங்களையெல்லாம் ஒரு கதையிலோ, கவிதையிலோ சுலபமாக எழுதிவிடலாம். ஆனால், நாடகம் என்று வந்துவிட்டபின், காட்சிகள், வசனங்களின்மூலம்தான் எல்லாவற்றையும் வெளிப்படுத்தியாகவேண்டும். சிரமமான இந்தக் கலையை, மிக நன்றாகக் கையாண்டார் ஷேக்ஸ்பியர்.

உதாரணமாக, ஹாம்லெட் நாடகத்தில் கதாநாயகன் ஹாம்லெட்டின் அப்பா இறந்துவிடுகிறார். அவருடைய தம்பியேதான் அவரைக் கொன்றுவிட்டான் என்று எல்லோரும் சந்தேகிக்கிறார்கள். அந்த விஷயம் ஹாம்லெட் காதிலும் விழுகிறது.

அதேசமயம், ஹாம்லெட்டின் அம்மா, இறந்துவிட்ட தன் கணவரின் தம்பியையே மறுமணம் செய்துகொள்கிறார். அதாவது, அவளுடைய கணவரைக் கொன்றுவிட்டதாக நம்பப்படுகிறே

அதே வில்லனை, இப்போது அவள் மணந்துகொண்டுவிட்டாள்.

இந்த நிலையில், ஹாம்லெட்டைப் பார்ப்பதற்காக, அவனுடைய அப்பாவின் ஆவி வருகிறது. தான் கொல்லப்பட்டதை விவரிக்கிறது. எல்லோரும் நினைத்ததுபோல், அவரைக் கொன்றவன், அவருடைய தம்பிதான் என்று உறுதிசெய்கிறது. இந்தக் கொலைக்குப் பழிவாங்கவேண்டும் என்று ஹாம்லெட்டிடம் கேட்கிறது.

இதுவரை, சுவாரஸ்யமான ஒரு மர்மக் கதையைப்போல் விரியும் 'ஹாம்லெட்' நாடகம், இந்தக் கட்டத்துக்குப்பின், ஹாம்லெட்டின் குழப்பமான உணர்வு நிலையை நுணுக்கமாக வெளிப்படுத்துகிறது. யாரை நம்புவது, யாரை நம்பக்கூடாது, வந்தது நிஜமாகவே தமது அப்பாவின் ஆவிதானா? அல்லது, இதிலும் ஏதாவது சூழ்ச்சியா, நிஜமாகவே சித்தப்பாதான் அப்பாவைக் கொன்றுவிட்டாரா? ஆம் எனில், இப்போது அந்தச் சித்தப்பாவை அம்மா திருமணம் செய்துகொண்டாளே, அவளுக்கும் இந்தக் கொலையில் பங்கு உண்டா? - இப்படி ஏகப்பட்ட கேள்விகளுக்கிடையே சிக்கித் திணறும் ஹாம்லெட்டின் மனப் போராட்டங்களை, தெளிவான காட்சியமைப்புகள், வசனங்களின்மூலம் ரசிகர்களுக்கு வெளிப்படுத்துகிறார் ஷேக்ஸ்பியர்.

இதேபோல், 'ஓதெல்லோ' நாடகத்தில், மனைவி டெஸ்டமெனோவின்மீது சந்தேகம் கொள்ளும் ஓதெல்லோ, அவளை நம்பவும் முடியாமல், நம்பாமலிருக்கவும் முடியாமல் திணறுவதை இன்னொரு உதாரணமாகச் சொல்லலாம்.

தனது நாடகங்களில் இதுபோன்ற ஆழமான மன உணர்வுகளைக் காட்சிப்படுத்தும்போது, இதற்காக ஷேக்ஸ்பியர் எப்போதும் சுவாரஸ்யத்தில் சமரசம் செய்துகொள்வதில்லை. இந்தக் காலகட்டத்தில் வெளிவந்த அவருடைய ஒவ்வொரு நாடகமும், மக்களிடையே பெரும் வரவேற்பைப் பெற்று வெற்றியடைந்தவைதான். எந்த நாடகத்திலும், முடிவைத் தெரிந்துகொள்ளாமல், நீங்கள் பாதியில் எழுந்து வெளியே

வந்துவிடமுடியாது. அந்த அளவுக்குச் சுவையான நாடகமாக்கத்தை அஸ்திவாரமாக வைத்துக்கொண்டு, அதன்மீது கனமான விஷயங்களைக் கட்டித்தந்தார் ஷேக்ஸ்பியர்.

இந்தக் காலகட்டத்தில் ஷேக்ஸ்பியரின் பெரும்பாலான படைப்புகளில் இந்த குணத்தைப் பார்க்கலாம். 'எந்த ஒரு நாடகத்திலும் சிரிப்பும் சோகமும் மாறி மாறித் தோன்றவைப்பதே ஷேக்ஸ்பியரின் தனித்தன்மை' என்று ஜான்ஸன், எலியட், பாஸ்டர்நாக் உள்ளிட்ட பல விமர்சகர்கள் குறிப்பிட்டிருக்கிறார்கள்.

என்றாலும், இந்தச் சமயத்தில் நகைச்சுவை கலந்த படைப்புகளைக் குறைத்துக்கொண்டு, சோக நாடகங்களில் ஷேக்ஸ்பியர் அதிக கவனம் செலுத்தத் தொடங்கியது உண்மைதான். இதற்குப் பல காரணங்கள் சொல்லப்படுகின்றன.

முதலாவதாக, நாம் ஏற்கெனவே பார்த்த விஷயம். ஷேக்ஸ்பியரின் மகன் ஹாம்னெட் அகாலமாக இறந்தபின், அவனுடைய நினைவாகத்தான், அவர் 'ஹாம்லெட்' என்ற துயர நாடகத்தை எழுதியதாக நம்பப்படுகிறது.

அதேசமயத்தில், 1601ம் ஆண்டு, வில்லியம் ஷேக்ஸ்பியரின் அப்பா ஜான் ஷேக்ஸ்பியர் மரணமடைந்தார். அதன்பின், அவரை முதன்முதலாக ஆதரித்த ஹென்றி ரியோத்ஸ்லேவும் இறந்துபோனார். தொடர்ந்து, இங்கிலாந்து ராணியும், ஷேக்ஸ்பியரின் முதன்மை ரசிகர்களில் ஒருவருமான அரசி எலிஸபெத் I மரணமடைந்தார். இதுபோன்ற தொடர் சோகங்கள் ஷேக்ஸ்பியரை பாதித்திருக்கலாம்.

இந்தச் சமயத்தில் இங்கிலாந்துமுழுவதுமே ஒரு நிச்சயமில்லாத சூழலும் இழப்பு மனப்பான்மையும் பரவியிருந்ததாகச் சொல்லப்படுகிறது. இதனால், நகைச்சுவை நாடகங்களைவிட, துயரங்களை விவரிக்கும் நாடகங்கள்தான் அதிக வெற்றியடைந்தன. ஆகவே, ஷேக்ஸ்பியரிடமிருந்து இவ்வகையான நாடகங்களை ரசிகர்கள் அதிகம் எதிர்பார்த்திருப்பார்கள்.

அதுமட்டுமின்றி, எத்தனை நாள்களுக்குதான் வெறும் நகைச்சுவை நாடகங்களை எழுதித் தள்ளிக்கொண்டிருப்பது என்று ஷேக்ஸ்பியர் எண்ணியிருக்கலாம். இதிலெல்லாம் திருப்தியடையாமல், மேடை நாடகங்களில் கனமான இலக்கியங்களைப் படைக்கவேண்டும் என்று அவருக்குள்ளிருந்த கலைஞன் ஆசைகொண்டிருந்தால், அந்த ஆவலைத் தீர்த்துக்கொள்வதற்கு, சோக நாடகங்கள்தான் சரியான வழி என்று ஷேக்ஸ்பியர் என்ணியிருப்பார்.

ஷேக்ஸ்பியரின் கடைசிக்காலத்தில் அவர் எழுதிய நாடகங்களை, அவரது படைப்புலக வளர்ச்சியின் நான்காவது, இறுதிக் கட்டமாகச் சொல்வார்கள். இந்தப் பிரிவில் அடங்கும் நாடகங்கள், பெரும்பாலும் நகைச்சுவை கலந்த சோக நாடகங்களாகவோ, காதல் கதைகளாகவோ இருந்திருக்கின்றன.

வழக்கம்போல், எந்த நாடகத்திலும் சுவாரஸ்யத்துக்குக் குறைவிருக்காது. ஆனால், முந்தைய காலகட்டத்தில் எழுதியதைப்போன்ற அதி அற்புதமான படைப்புகள் இந்த ஆண்டுகளில் இல்லை. ஒருவேளை, ‘எழுதியது போதும்’, என்று ஷேக்ஸ்பியர் முடிவு செய்திருக்கலாம். ஆனால், வணிக நோக்கத்திற்காக (குழுவிலும் அரங்கத்திலும் ஏகப்பட்ட முதலீடு செய்திருக்கிறாரே!) அவர் தொடர்ந்து எழுதியிருக்கலாம்.

இந்தக் காலகட்டத்தில், ஷேக்ஸ்பியர் சார்ந்திருந்த ‘தி கிங்ஸ் மென்’ குழுவினருக்கு, ‘தி க்ளோப்’ திறந்த அரங்கத்துடன், இன்னோர் உள் அரங்கமும் சொந்தமாகியிருந்தது. ஆகவே, இந்த உள் அரங்கத்திலிருக்கும் பல வசதிகளைப் பயன்படுத்திக்கொள்ளும்விதமாகத் தனது காட்சிகளில் புதுமை சேர்த்தார் ஷேக்ஸ்பியர்.

ஷேக்ஸ்பியர் தனியே எழுதிக் கடைசியாக வெளிவந்த ‘தி டெம்பெஸ்ட்’ *(The Tempest)* நாடகத்தை, இந்தக் காலகட்டத்தின் பிரதிநிதியாகக் கொள்ளலாம். மிக சுவாரஸ்யமான பழிவாங்கும் கதையான இதில், மனிதர்களையும் இயற்கையையும் வசப்படுத்தக்கூடிய ஒரு மந்திரவாதியால் நடுக்கடலில் கடும்

புயல் ஏற்படுகிறது, இதில் சிக்கிக்கொண்டு தடுமாறும் கப்பல் ஒன்றிலிருந்து, சிலர் தப்பித்து, அந்த மந்திரவாதி வசிக்கும் தீவிற்கு வருகிறார்கள். அந்த மந்திரவாதி அவர்களை அங்கே வரவழைத்தது ஏன் என்பதைப் பலவிதமான மாயாஜாலக் காட்சிகளோடு சுவையாக விவரிக்கிறது 'தி டெம்பெஸ்ட்'.

'தி டெம்பெஸ்ட்'க்குப் பிறகும், ஷேக்ஸ்பியர் சில நாடகங்களை (அவரது குழுவிலிருந்த மற்ற எழுத்தாளர்கள் சிலரின் உதவியோடு) எழுதியிருக்கிறார். ஆனால், அவற்றில் அவருடைய முழு ஈடுபாடு இருந்ததா என்பது சந்தேகம்தான். ஆகவே, இதன்பின் வந்த நாடகங்கள் பெரும்பாலும் ஷேக்ஸ்பியர் படைப்புகளின் பட்டியலில் சேர்க்கப்படுவதுகூட இல்லை. (உதாரணங்கள்: Cardenio, Henry VI முதலானவை).

ஷேக்ஸ்பியர் அதிகம் படிக்கவில்லையேதவிர, கவிதைபோன்ற ஆங்கில நடைக்கு அவர் ஒரு முக்கியமான முன்னோடி. அவரது படைப்புகளில் அவ்வப்போது இடம்பெறும் பாடல்களும் கவிதைகளும் தனித்துவமான ஒரு வாசிப்பு அனுபவத்தைத் தருபவை.

இந்தக் 'கவிதைத்'தனத்தையே அவருடைய படைப்புகளின் முக்கிய, அல்லது ஒரே தகுதியாகக் கருதுகிறவர்களும் உண்டு. உதாரணமாக, 'ஷேக்ஸ்பியரின் படைப்புகளில் கவிதை நயத்தைமட்டும் விலக்கிவிடமுடியுமானால், அவை வெறும் நாடகங்களாகச் சிறந்து விளங்கமுடியுமா?', என்று கேட்கிறார் அசோகமித்திரன்.

பள்ளிப் படிப்பைக்கூட முடித்திராத ஷேக்ஸ்பியரின் ஆங்கில மொழி ஞானமும் நம்மை வியப்பில் ஆழ்த்தும். சாதாரணமாக நாம் அன்றாடம் பேசுவதற்குப் பயன்படுத்துகிற ஆங்கில வார்த்தைகள் இரண்டாயிரத்துக்குள் அடங்கிவிடும். ஆனால், ஷேக்ஸ்பியர் தன்னுடைய படைப்புகளில் சுமார் முப்பதாயிரம் வார்த்தைகளைப் பயன்படுத்தியிருக்கிறார் என்று ஆராய்ந்துள்ளார்கள். அந்த அளவுக்குப் பரந்த மொழி ஞானத்தை அவர் தேடி வளர்த்துக்கொண்டார்.

முதல் நாடகத்தில் தொடங்கி, ‘தி டெம்பெஸ்ட்’ வரை ஷேக்ஸ்பியரின் நாடகங்கள் அடைந்த பெருவெற்றிக்கு முக்கியமான இன்னொரு காரணம், அவருடைய கதாபாத்திரங்கள் மிக இயல்பானவை. ஷேக்ஸ்பியரின் பாத்திரங்களைப் படிக்கும்போது, நிஜவாழ்க்கையில் நாம் அடிக்கடி சந்திக்கிற மனிதர்களையே நாடகத்தில் காட்சிப்படுத்தியிருப்பதுபோல் உணர்கிறோம். அவர் படைத்த மனிதர்கள் யாரும், வில்லன்கள்கூட இயல்பிலேயே மகா கொடூரர்களாகச் சித்தரிக்கப்படுவதில்லை. மாறாக, ஒவ்வொருவரிடமும் உள்ள நல்ல, கெட்ட குணங்களைத் தெளிவாக முன்வைக்கிறார் அவர். சூழ்நிலைதான் ஒருவரை ஒழுங்காகவோ, தவறாகவோ செயல்படச்செய்துவிடுகிறது என்பதையும் உரக்கச் சொல்கிறார்.

உதாரணமாக, தன் மனைவியை மிக நேசித்த ஒதெல்லோ, பின்னர், அவளைக் கொலை செய்யுமளவு சென்றுவிடுகிறான். இதற்குக் காரணம், இன்னொருவரால் அவன் மனத்தில் விதைக்கப்பட்ட சந்தேகம்தான். அதேபோல், நல்ல பிரபுவாக இருந்த மெக்பெத், திடுதிப்பென்று பதவிக்காகக் கொலைகள் செய்பவனாக மாறுவதற்குக் காரணம், சில சூனியக்காரிகள் அவனுக்குச் சொல்லும் ’கணிப்பு’கள்தான்.

இப்படிச் சூழ்நிலையால் நம்முடைய போக்கில் உண்டாகக்கூடிய மாறுதல்கள், ஷேக்ஸ்பியரின் பல நாடகங்களில் நுணுக்கமாகக் காட்சிப்படுத்தப்பட்டுள்ளது. இந்த குணத்துக்கு யாரும் விதிவிலக்கு இல்லை என்பதால், இப்படிப் பாதை மாறுகிறவர்களின்மீது, வாசகனுக்கோ, அல்லது ரசிகனுக்கோ இயல்பான பரிதாப உணர்வு ஏற்படுகிறது. ஆகவேதான், ஷேக்ஸ்பியரின் பல கதாபாத்திரங்கள் மக்கள் மனத்தில் அழுந்த தைத்துள்ளன.

ஷேக்ஸ்பியர் எழுதிய நாடகங்கள் அனைத்துமே, ரசிகர்களிடையே நல்ல வரவேற்பைப் பெற்று வெற்றியடைந்தவை. ஆனால், அவற்றில் பெரும்பாலான நாடகங்கள், அவ்வப்போது அச்சு

வடிவில் வெளிவரவில்லை. இதற்குக் காரணம், அந்தக் காலத்தில் நாடகப் பிரதிகளை நூலாக வெளியிடும் பழக்கம் அவ்வளவாக இல்லை.

ஆகவே, ஷேக்ஸ்பியரின் நாடகங்கள், வெறும் சுவாரஸ்யப் புனைவுகள் என்ற அளவில் நின்றுவிடாமல் இல்லாமல், படைப்பிலக்கியங்களாக அலசி ஆராயப்படுவதற்குப் பல ஆண்டுகளானது. சொல்லப்போனால், ஷேக்ஸ்பியரின் நாடகங்கள் ஒரே புத்தகமாகத் தொகுக்கப்பட்டு வெளியானதே, அவருடைய மரணத்துக்குப்பிறகுதான்.

இதனால், ஷேக்ஸ்பியர் வெற்றிகரமான நாடக ஆசிரியராகத் திகழ்ந்தபோதும், அவர் வாழ்ந்த காலகட்டத்தில் தன்னுடைய திறமைக்குரிய முழு அங்கீகாரத்தையும் பெறவில்லை என்றுதான் சொல்லவேண்டும். அவரை ஒரு சகாப்தமாக மதித்துப் போற்றுகிற பாக்கியம், அவருக்குப் பிந்தைய தலைமுறைகளுக்குதான் வாய்த்தது!

7

சந்தோஷங்களும் துக்கங்களும்

பதினாறாம் நூற்றாண்டின் இறுதி ஆண்டுகளில், வில்லியம் ஷேக்ஸ்பியரின் 'லார்ட் சாம்பர்லேன்ஸ் மென்' குழுவினர், பிளாக்ஃப்ரைர்ஸ் பகுதியில் தங்களுக்கென்று ஒரு புதிய நாடக அரங்கத்தைக் கட்டியதைப் பார்த்தோம். ஆனால், இந்த அரங்கத்தில் அவர்கள் நாடகங்களை நடத்தமுடியாதபடி, அந்தப் பகுதி மக்கள் போராடித் தடுத்துவிட்டார்கள்.

இதனால்தான், 1599ம் ஆண்டு, தேம்ஸ் நதிக்கரையில் 'தி க்ளோப்' என்ற பெயரில் வேறொரு அரங்கத்தைக் கட்டிக்கொண்டது ஷேக்ஸ்பியரின் குழு. அதன்பிறகு அங்கே அவர்கள் மிகப் பெரிய வெற்றியடைந்ததெல்லாம தெரிந்த விஷயம்.

இந்தச் சம்பவங்களெல்லாம் நடந்து பல ஆண்டுகளுக்குப்பிறகு, முன்பு 'லார்ட் சாம்பர்லேன்ஸ் மென்' குழுவாக இருந்தவர்கள், இப்போது 'கிங்ஸ் மென்' என்கிற ராஜ கம்பீரமான பெயருடன் மீண்டும் பிளாக்ஃப்ரைர்ஸ் அரங்கத்துக்குத் திரும்பினார்கள்.

சென்றமுறை எழுந்ததைப்போலவே எதிர்ப்பு அலை,

இந்தமுறையும் அவர்களைத் தாக்கியதுதான். என்றாலும், இப்போது அவர்கள் மஹாராஜாவின் நேரடி ஆதரவைப் பெற்றிருப்பதாலோ என்னவோ, அவர்கள் அங்கே நாடகங்களை நடத்துவதற்கான அனுமதி கிடைத்துவிட்டது.

அதன்பிறகு, ஷேக்ஸ்பியர் மற்றும் அவர் சார்ந்திருந்த குழுவின் பலம் இரட்டிப்பாகிவிட்டது. கோடைக் காலத்தில் திறந்த நாடக அரங்கமான ‘தி க்ளோப்’, குளிர்காலத்திலும் மற்ற காலங்களிலும், உள் அரங்கமாகிய ‘பிளாக்ஃப்ரைர்ஸ்’ என்று இரண்டு அரங்குகளிலும் தொடர்ந்து நாடகங்களை நடத்திவந்தார்கள். (இதனால்தான், பிளாக்ஃப்ரைர்ஸ் நாடக அரங்கத்தை ‘ஷேக்ஸ்பியரின் குளிர்கால அரங்கம்’ என்று செல்லமாகக் குறிப்பிடுவார்கள்!)

‘தி க்ளோப்’ அரங்கத்தைப்போலவே, இந்த பிளாக்ஃப்ரைர்ஸ் அரங்கிலும் வில்லியம் ஷேக்ஸ்பியர் ஒரு பங்குதாரராக இருந்தார். ஆகவே, லாபத்தில் ஒரு பகுதி அவருக்குத் தவறாமல் கிடைத்துக்கொண்டிருந்தது.

ஆனால், இதை வைத்து, ஷேக்ஸ்பியர் மிகப் பெரிய பணக்காரராகிவிட்டார் என்று சொல்லமுடியாது. ஆரம்பகாலத்தில் அவருடைய குடும்பம் சந்தித்த வறுமை நிலையோடு ஒப்பிடும்போது, லண்டனில் அவர் சகல சவுகர்யங்களோடும் நிம்மதியாகதான் வாழ்ந்துகொண்டிருந்தார். என்றாலும், எந்தக் கட்டத்திலும் அவர் கையில் ஏகப்பட்ட பணம் குவிந்திருந்தது கிடையாது. அப்படியே ஒருவேளை பணம் சேர்ந்தாலும், அதை ஒரு நிலத்திலோ, வீட்டிலோ பயனுள்ளபடி முதலீடு செய்துவிடுமளவுக்கு வணிக மூளை அவருக்கு இருந்தது.

ஷேக்ஸ்பியர் லண்டனில் இருந்த காலத்தில், அவருடைய குடும்பத்தினர் ஸ்ட்ராட்ஃபோர்டிலேயேதான் வசித்தார்கள் என்று ஏற்கெனவே பார்த்தோம். அவர்களைப் பார்த்துவருவதற்காக, லண்டனுக்கும் ஸ்ட்ராட்ஃபோர்டுக்கும் இடையே அடிக்கடி பயணம் செய்துகொண்டிருந்தார் அவர்.

இந்தப் பயணங்களின்போது, ஷேக்ஸ்பியர் ஆக்ஸ்ஃபோர்டைக் கடந்துதான் போகவேண்டியிருந்தது. ஆகவே, அங்கே ஒரு விடுதியில் தங்கி ஓய்வெடுத்துச் செல்வது அவருடைய பழக்கம். இப்படி அவர் அடிக்கடி ஆக்ஸ்ஃபோர்ட்வழியாகப் பயணம் செய்துகொண்டிருந்ததால், அந்த விடுதியின் உரிமையாளர் ஜான் டேவெனன்ட் *(John Davenant)* ஷேக்ஸ்பியருக்கு நல்ல நண்பராகிவிட்டாராம்.

உண்மையில், அந்த விடுதி உரிமையாளரைவிட, அவருடைய மனைவி ஜேன் டேவெனன்ட் *(Jane Davenant)*க்குதான் ஷேக்ஸ்பியர்மீது அதிகப் பிரியம் என்று சூசகமான வதந்திகள் உண்டு. இப்படி ஏற்பட்ட தொடர்பின்மூலம், 1606ம் ஆண்டில் ஷேக்ஸ்பியருக்கு ஒரு மகன் பிறந்ததாகவும், அவனுக்கும் வில்லியம் *(William)* என்று பெயர் சூட்டப்பட்டதாகவும் சொல்கிறார்கள்.

வழக்கம்போல், இந்த வதந்திக்கும் ஆதாரங்கள் இல்லை. ஷேக்ஸ்பியரைப்போலவே, நாடகத்துறையில் நுழைந்து கவனம் பெற்ற இந்த வில்லியம் டேவெனன்ட், அவருடைய பிள்ளைதானா என்று நிச்சயமாகத் தெரியவில்லை.

1607ம் ஆண்டு, ஷேக்ஸ்பியரின் மூத்த மகள் சுஸன்னாவுக்குத் திருமணம் நடைபெற்றது. ஸ்ட்ராட்ஃபோர்டின் புகழ்பெற்ற மருத்துவரான ஜான் ஹால் *(Dr. John Hall)* என்பவரை மணந்துகொண்டார் சுஸன்னா.

அடுத்த ஆண்டு (1608), ஷேக்ஸ்பியரின் அம்மா மேரி ஆர்டென் மரணமடைந்தார்.

அதுவரை லண்டனில் ஒரு தனிவீட்டில் வசித்துக்கொண்டிருந்த ஷேக்ஸ்பியர், மீண்டும் தனது சொந்த ஊரான ஸ்ட்ராட்ஃபோர்டுக்குத் திரும்புவதாக யோசித்தது இந்தச் சமயத்தில்தான்.

ஆனால், பிஸியான நாடக ஆசிரியரான ஷேக்ஸ்பியர், அவரது நாடகக் குழுவில் பல முக்கியமான பொறுப்புகளையும்

ஏற்றுக்கொண்டிருந்தார். ஆகவே, திடுதிப்பென்று இப்படி எல்லாவற்றையும் தூக்கி வீசிவிட்டு கிராமத்துக்குத் திரும்பிவிடமுடியாது.

ஆகவே, 1610ம் ஆண்டுவாக்கில் தொடங்கி, படிப்படியாக தனது கடமைகளைக் குறைத்துக்கொள்ள ஆரம்பித்தார் ஷேக்ஸ்பியர். 1611ம் ஆண்டுக்குள், பரபரப்பான நாடக வாழ்க்கையிலிருந்து மெல்லமெல்ல ஓய்வு பெற்றுவிட்டார் அவர்.

அதன்பிறகும், 'கிங்ஸ் மென்' குழுவினர் அவருடைய நாடகங்களைத் தொடர்ந்து நடத்திவந்தார்கள். என்றாலும், நாடக ஏற்பாடுகளை மேற்பார்வையிடுவது, நிகழ்ச்சிகளை மேலாண்மை செய்வது, புதிய நாடகங்கள் எழுதுவதுபோன்ற பொறுப்புகளிலிருந்து ஷேக்ஸ்பியர் முற்றிலுமாக விலகிவிட்டார். முன்பே திட்டமிட்டிருந்தபடி, தன்னுடைய சொந்த ஊரான ஸ்ட்ராட்ஃபோர்டுக்குத்திரும்பி, அமைதியாகத் தனது ஓய்வுக் காலத்தைக் கழிக்கலானார் ஷேக்ஸ்பியர்.

ஸ்ட்ராட்ஃபோர்ட் ஊரிலேயே மிகப் பெரிய மாளிகைகளில் ஒன்றை அவர் ஏற்கெனவே விலைக்கு வாங்கி, 'நியூ ப்ளேஸ்' என்று பெயரும் வைத்திருந்தார். அந்தக் காலத்திலேயே செங்கல் வைத்துக் கட்டப்பட்டிருந்த விசாலமான அந்த வீடு, அழகான தோட்டம், பழ மரங்கள் என்று நன்றாகப் பரந்து விரிந்திருந்தது. அதுவரை பரபரப்பாக உழைத்துக்கொண்டிருந்த ஷேக்ஸ்பியருக்குத் தகுதியான ஓய்வுச் சூழலாக இந்த வீடு அமைந்தது.

உள்ளூரில் அவருக்குச் சில நண்பர்கள் இருந்தார்கள். அவர்களோடு செலவழித்த நேரம் போக எஞ்சிய நேரத்தில், சிலருக்குப் பணம் கடன் கொடுப்பதிலும், வேறு சில வியாபாரங்களிலும் ஈடுபட்டிருந்தார் ஷேக்ஸ்பியர். ஆனால், நாளின் பெரும்பகுதி ஓய்வில்தான் கழிந்தது.

ஆனால், வருடத்துக்கு இரண்டு நாடகங்கள் என்ற விகிதத்தில் எழுதிக் குவித்துக்கொண்டிருந்த கை, இப்படிச் சும்மா இருக்குமா?

சொந்த ஊரில் நிம்மதியாக ஓய்வெடுத்துக்கொண்டிருந்த காலத்திலேயே, ஜான் ஃப்ளெட்சர் *(John Fletcher)* என்பவருடன் இணைந்து, சில நாடகப் பிரதிகளில் பணியாற்றினார் ஷேக்ஸ்பியர். என்றாலும், நாம் ஏற்கெனவே பார்த்ததுபோல், அவரது முழுமையான பங்களிப்பு அந்த நாடகங்களில் இருக்கவில்லை.

ஆனால், அதேசமயம், லண்டனில் அவருடைய (முந்தைய) நாடகங்கள்தான் இன்னும் மிகப் பெரிய வெற்றிகளைக் குவித்துக்கொண்டிருந்தன. வில்லியம் ஷேக்ஸ்பியரின் நாடகம் என்று அறிவித்துவிட்டாலே, பணக்கார தனவான்கள், கணவான்களில் தொடங்கி, எளிய மக்கள்வரை ரசிகர்கள் குவிந்தார்கள்.

இந்த சமயத்தில்தான், இத்தனை வெற்றிகளின்மீதும் கண்பட்டதுபோல், இரண்டு சம்பவங்கள் நடந்தன.

முதலாவதாக, 1613ம் ஆண்டு மார்ச் மாதத்தில், லண்டனில் பிளாக்ஃப்ரைர்ஸ் அரங்கை ஒட்டினாற்போல் ஒரு வீட்டை வாங்கினார் ஷேக்ஸ்பியர். பின்னர், இந்த வீட்டில் சட்டத்துக்குப் புறம்பான நடவடிக்கைகள் நடைபெறுவதாக ஒரு சர்ச்சை எழுந்தது. இதில் ஷேக்ஸ்பியரின் பெயரும் அடிபட்டது.

அடுத்து, அதே ஆண்டில், 'தி க்ளோப்' அரங்கில் ஒரு கோரமான தீ விபத்து.

அன்றைக்கு 'தி க்ளோப்' அரங்கத்தில் ஷேக்ஸ்பியரின் சரித்திர நாடகமான 'ஹென்றி *VIII*' நடைபெற்றுக்கொண்டிருந்தது. வழக்கம்போல் ஏகப்பட்ட கூட்டம், எல்லா தரப்பு மக்களும் நாடகத்தில் ஆர்வமாக மூழ்கியிருந்த வேளை.

அப்போது, நாடகத்தில் ஒரு பீரங்கி வெடித்தது. ஆனால், அதனால் எழுந்த தீப்பொறியைச் சரியாக கவனிக்காமல் விட்டுவிட்டார்களோ என்னவோ, பீரங்கிச் சத்தம் அடங்குவதற்குள் அரங்கின் ஒரு பகுதியில் தீ பற்றிக்கொண்டது.

அப்போது மேடையிலிருந்த நடிகர்களும் சுவாரஸ்யமாக ஷேக்ஸ்பியரின் நாடகத்தைப் பார்த்துக்கொண்டிருந்த ரசிகர்களும், இந்த நெருப்பை கவனிக்கக்கூட இல்லை. தீ பரவலாகச் சுற்றியபிறகுதான், எல்லோரும் அலறியடித்துக் கொண்டு அரங்கத்திலிருந்து வெளியே ஓடிவந்தார்கள்.

மிகக் கொடுமையான தீ விபத்து அது. அந்த விபத்தில், 'தி க்ளோப்' அரங்கம் முழுவதுமாகச் சேதமடைந்துவிட்டது. அதன்பின்னர், உடனடியாக அரங்கம் மீண்டும் கட்டப்பட்டது. இந்தமுறை, எளிதில் தீப்பிடிக்காத பொருள்களைக்கொண்டு அரங்கம், கூரைகளை அமைத்தார்கள்.

அடுத்த ஆண்டு (1614), ஷேக்ஸ்பியர் வாழ்ந்த ஸ்ட்ராட்ஃபோர்டில் இதேபோல் ஒரு தீ விபத்து ஏற்பட, ஏகப்பட்ட பரபரப்பு. நல்லவேளையாக, ஷேக்ஸ்பியரின் வீடு இதில் பாதிக்கப்படவில்லை.

ஆனால், இதுபோன்ற சம்பவங்கள் ஷேக்ஸ்பியரை ரொம்பவே அதிர்ச்சிக்குள்ளாக்கியிருக்கவேண்டும். தவிர, இதே சமயத்தில் ஷேக்ஸ்பியரின் தம்பிகளான கில்பர்ட் மற்றும் ரிச்சர்ட் இருவரும் அடுத்தடுத்து மரணமடைந்தார்கள். இதுவும் அவரைப் பாதித்தது.

ஆகவே, தான் நல்ல நிலைமையில் இருக்கும்போதே, தனக்குப்பின் தன்னுடைய சொத்துகள் யார் யாருக்குச் சேரவேண்டும் என்பதுகுறித்து ஓர் உயில் எழுதிவிடத் தீர்மானித்தார் வில்லியம் ஷேக்ஸ்பியர்.

இதேசமயம், ஷேக்ஸ்பியரின் இரண்டாவது மகளான ஜூடித், தாமஸ் க்யூனே *(Thomas Quiney)* என்பவரைத் திருமணம் செய்துகொண்டாள் (1616 பிப்ரவரி).

சுஸன்னாவைப்போல, ஜூடித்தின் வாழ்க்கை சந்தோஷமாக இருக்கவில்லை. அவளை மணந்துகொண்ட தாமஸ், ஷேக்ஸ்பியருக்கு நன்றாகத் தெரிந்த, நல்ல குடும்பத்துப் பையன்தான். என்றாலும், அவன் வேறொரு பெண்ணுடன்

தொடர்பு வைத்திருப்பதாகத் தகவல்கள் வந்தன. அவன் அந்த இன்னொருத்தியைக் கர்ப்பமாக்கிவிட்டு ஏமாற்றியதாகவும் தெரியவந்ததால், இப்படிப்பட்ட ஓர் அயோக்கியனைத் தன் மகள் திருமணம் செய்துகொண்டிருக்கிறாளே என்று நினைத்து ஷேக்ஸ்பியருக்குச் சோகம்.

இப்படி சந்தோஷமும் துக்கமுமாக ஷேக்ஸ்பியர் ஸ்ட்ராட்ஃபோர்டில் தனது ஓய்வு நாள்களைக் கழித்துக்கொண்டிருக்கட்டும். நாம் அதற்குள், அவரைப்பற்றிய ஒரு முக்கியமான சர்ச்சையைப் பார்த்துவிட்டுத் திரும்புவோம்.

8

ஷேக்ஸ்பி'யார்'?

வில்லியம் ஷேக்ஸ்பியரின் 'கிங் லியர்' நாடகத்தைத் தழுவி, 'இறுதி ஆட்டம்' என்னும் தமிழ் நாடகத்தை எழுதிய திரு. இந்திரா பார்த்தசாரதி, இந்த நூலின் முன்னுரையில், 'ஐம்பத்திரண்டே ஆண்டுகள் வாழ்ந்த ஒருவரால், இந்த அளவுக்குப் படைத்திருக்க முடிந்திருக்கிறது என்பதே ஓர் அசுர சாதனை', என்று வியக்கிறார்.

தொடர்ந்து அவரே சொல்வதுபோல், இப்படி அதிசயமாகச் செயல்புரிகிற யாரைப்பற்றியும், கற்பனைக் கதைகள் உலவத் தொடங்குவது இயல்புதான். பெரும்பாலானவர்கள், இப்படிப்பட்ட அபாரமான திறமைகளை முழுமனதோடு ஏற்றுப் பாராட்டமுடியாமல், 'தில்லானா மோகனாம்பாள்' மனோரமாவைப்போல், 'உங்க நாயனத்திலமட்டும் ஏதாவது விசை வெச்சு ஊதறீங்களா?', என்றுதான் கேட்பார்கள்.

இதற்குச் சிறந்த உதாரணமாக, திருவள்ளுவரைச் சொல்லலாம். அவர் எழுதிய திருக்குறளை எல்லோரும் ஒருமனதாக ஏற்றுப்

பாராட்டினாலும், நிஜத்தில் அவர் யார், எங்கே வாழ்ந்தார் என்பதில் இன்னும் சந்தேகங்கள், ஊகங்கள் உள்ளன. ஒவ்வொருவரும் அவரை 'எங்க ஊர்க்காரர்', 'எங்க ஜாதிக்காரர்' என்று உரிமை கொண்டாடுகிறார்கள், விதவிதமாக அதற்குப் பல ஆதாரங்களையும் முன்வைக்கிறார்கள். திருக்குறளை அவர் எழுதவில்லை, பலரால் எழுதப்பட்ட குறள்களைதான் அவர் தொகுத்தார் என்றுகூட உட்டாலக்கடி வாதங்கள் உண்டு.

ஷேக்ஸ்பியரைப்பற்றியும் இப்படி ஏராளமான கட்டுக்கதைகள், சந்தேகங்கள் உள்ளன.

முதலாவதாக, நிஜமாகவே ஷேக்ஸ்பியர் என்று ஒருவர் வாழ்ந்தாரா என்கிற அடிப்படைக் கேள்வியில் தொடங்குகிறார்கள். நம் ஊரில் புறநானூறு, அகநானூறு என்று பல புலவர்கள் எழுதிய பாடல்கள் மொத்தமாகத் தொகுக்கப்பட்டிருப்பதுபோல், யார் யாரோ எழுதிய நாடகங்களையெல்லாம் தொகுத்து, அட்டையில்மட்டும் பொத்தாம்பொதுவாக ஷேக்ஸ்பியர் என்று ஒரு பெயரைப் போட்டுவிட்டார்கள், உண்மையில் அப்படி ஒருவர் இல்லவே இல்லை என்று ஒரு கோஷ்டி கற்பூரம் அணைக்கிறது.

இந்தக் குற்றச்சாட்டில் கொஞ்சமும் நியாயம் இல்லை. ஏனெனில், வில்லியம் ஷேக்ஸ்பியரின் பிறப்புச் சான்றிதழ் ஒன்றைத்தவிர, அவர் நிஜமாகவே ஸ்ட்ராட்ஃபோர்டில் வளர்ந்தார் என்பதற்கான ஆதாரங்கள் ஏராளமாக உள்ளன. அவருடைய திருமணக் குறிப்பு, குழந்தைகளின் ஞானஸ்நான விவரங்கள், சில வழக்குகளில் அவர் சாட்சி சொன்னது, அவரது உயில் என்று ஏகப்பட்ட ஆவணங்கள் பத்திரமாக இருக்கின்றன.

ஆகவே, நிஜத்தில் ஷேக்ஸ்பியர் என்று ஒருவர் பிறந்து, வளர்ந்தது உண்மைதான். அதில் எந்தச் சந்தேகத்துக்கும் இடமில்லை.

அப்படியானால், அடுத்த கேள்வி, அவர் எழுதியதாகச் சொல்லப்படுகிற நாடகங்கள் அனைத்தையும், உண்மையில் அவர்தான் எழுதினாரா?

இந்தக் கேள்விக்கு நேரடியான, ஆதாரபூர்வமான பதில் சொல்வது சிரமம்தான். ஏனெனில், ஷேக்ஸ்பியர் என்று ஒருவர் லண்டனில் மிகப் பெரிய நாடக் ஆசிரியராகப் புகழ்பெற்றதற்கான குறிப்புகள் நம்மிடம் இருந்தபோதும், அந்த ஷேக்ஸ்பியரும், ஸ்ட்ராட்ஃபோர்டில் பிறந்து வளர்ந்த இந்த ஷேக்ஸ்பியரும் ஒருவரேதான் என்பதற்குச் சரியான ஆதாரங்கள் எவையும் இல்லை.

இப்படியொரு சந்தேகம் எழுவதற்கு முக்கியமான அடிப்படை, ஷேக்ஸ்பியருக்குப் போதுமான அளவு படிப்பு இல்லை என்பதுதான். கொஞ்சூண்டு பள்ளிப் படிப்பைமட்டும் வைத்துக்கொண்டு, ஒருவர் இப்படிப்பட்ட அபாரமான படைப்புகளை எழுதியிருக்கமுடியுமா என்று பலரும் சந்தேகிக்கிறார்கள்.

அதேபோல், ஷேக்ஸ்பியரின் படைப்புகளில் சட்டம், இசை, விளையாட்டு, வெளிநாடுகளின் மொழி, கலாசாரம், பழக்கவழக்கங்கள், செவ்வியல் இலக்கியங்கள், அதிகாரமட்டத்தினரின் நடவடிக்கைகள் ஆகியவற்றைப்பற்றிப் பல நுணுக்கமான குறிப்புகள் வருகின்றன. ஒழுங்கான படிப்பறிவில்லாத ஒரு மனிதர் இத்தனை விஷயங்களை நன்றாகக் கற்றுக்கொண்டிருப்பது சாத்தியமா என்று அவர்கள் கேள்வி எழுப்புகிறார்கள்.

மேதைமை என்பது, படிப்பினால்மட்டும் உண்டாவதில்லை, 'ஏட்டறிவு இல்லாவிட்டாலும், மனித இயல்பைப் பரிபூரணமாகக் கற்றுத் தேர்ந்தவர் ஷேக்ஸ்பியர்', என்கிறார் ஹென்றி ஃபீல்டிங். ஆனால், இதுபோன்ற வாதங்களெல்லாம் இந்த சந்தேகக் கோஷ்டியிடம் எடுபடுவதில்லை.

அவர்கள் கேட்பது ஆதாரம். பள்ளிப் படிப்பைக்கூட பாதியில் நிறுத்திவிட்ட ஷேக்ஸ்பியருக்கு, திடீரென்று இப்படியொரு மொழிப்புலமை எப்படி வந்தது? - இந்தக் கேள்விக்கு யாரிடமும் சரியான பதில் இல்லை.

இதனால், வதந்தியாளர்களின் கை ஓங்கிவிட்டது. ஷேக்ஸ்பியரின் பெயரில் வெளியாகியுள்ள நாடகங்களையெல்லாம், வேறொருவர்தான் எழுதியிருக்கவேண்டும் என்று அடித்துச் சொல்கிறார்கள் இவர்கள்.

யார் அந்த வேறொருவர்?

இந்த விஷயத்திலும் பெரிய அடிதடியே நடந்திருக்கிறது, இன்னும் நடந்துகொண்டிருக்கிறது. ஷேக்ஸ்பியரின் எல்லாப் படைப்புகளையும் இவர்தான் எழுதினார், அவர்தான் எழுதினார், இவர்தான் நிஜ ஷேக்ஸ்பியர், அவர்தான் நிஜ ஷேக்ஸ்பியரை நேரில் பார்த்துக் கும்பிடு போட்டவர் என்றெல்லாம் ஏகப்பட்ட வதந்திகள் பரவியுள்ளன.

உதாரணமாக, இந்தப் பட்டியலைப் பாருங்கள்:

- வில்லியம் ஸ்டான்லி *(William Stanley)*
- சர் ஃப்ரான்சிஸ் பேகன் *(Sir Francis Bacon)*
- கிறிஸ்டோஃபர் மார்லோ *(Christopher Marlow)*
- எட்வர்ட் டி வெரெ *(Edward de Vere)*
- ரோஜர் மானர்ஸ் *(Roger Manners)*
- மேரி சிட்னி ஹெர்பெர்ட் *(Mary Sidney Herbert)*

மேற்கண்ட ஒவ்வொருவரும், நிஜ ஷேக்ஸ்பியருக்கான போட்டியில் இருக்கிற மகானுபாவர்கள். இவர்கள் எழுதிய படைப்புகளுக்கும், ஷேக்ஸ்பியரின் படைப்புகளுக்கும் உள்ள சில ஒற்றுமைகள், இன்னும் வெவ்வேறு சந்தேகங்கள், ஊகங்களின் அடிப்படையில், ஷேக்ஸ்பியரின் அனைத்து நாடகங்கள், கவிதைகளையும் இவர்களில் ஒருவர்தான் எழுதியிருக்கவேண்டும் என்று பேச்சு எழுந்துள்ளது. சில ஆண்டுகள், அல்லது ஒன்றிரண்டு நூற்றாண்டுகளுக்குப்பின், இதுபோன்ற விவாதங்கள் அடிபட்டுவிட்டன என்பது வேறு விஷயம்!

ஆனால், இந்த விஷயத்தில் சந்தேகங்களுக்குமட்டும் இன்றுவரை குறைவே இல்லை. ஷேக்ஸ்பியர் என்பவர் உண்மையில் வெறும் நடிகர்தான் என்றும், அவரோடு இருந்த வேறொரு நாடக ஆசிரியரின் படைப்புகளைத் தன் பெயரில் வெளியிட்டுக்கொண்டார், அல்லது, வேறொருவர் எழுதி, இவருடைய பெயரில் வெளியிட்டுக்கொண்டார், இதை வெளியே சொல்லாமல் இருப்பதற்காக ஷேக்ஸ்பியருக்குப் பணம் தரப்பட்டது என்றுகூட வதந்திகள் உள்ளன.

அதேபோல், 'ஷேக்ஸ்பியர்' என்பது வேறொருவருடைய புனைபெயர்தான் என்று நம்புகிறவர்களும் இருக்கிறார்கள். அவரை ஒரு பெரிய ராஜா அல்லது நிலப்பிரபு என்றுகூட சொல்கிறார்கள். இந்தப் பெரிய மனிதர் எழுதிய படைப்புகளையெல்லாம் வேறொருவர் தொகுத்து, சில அரசியல் காரணங்களுக்காகவோ, அல்லது, அந்தக் காலத்தில் நாடகம் எழுதுகிறவர்களுக்கு அவ்வளவாக மரியாதை இல்லை, ஆனால், யாரைப்பற்றியாவது தப்பாக எழுதிவிட்டால் வீடு புகுந்து அடிக்கிற ஆபத்து உண்டு என்பதாலோ, அவற்றை அந்தப் பெரிய மனிதரின் பெயரில் வெளியிடாமல், 'ஷேக்ஸ்பியர்' என்கிற புனைபெயரில் வெளிக்கொண்டுவந்தாராம்.

பொதுவாகவே ஷேக்ஸ்பியரின் நாடகங்களில் வருகிற பெரும்பாலான பெண் கதாபாத்திரங்கள் மிகுந்த மனமுதிர்ச்சியோடும், கதையைத் தன் தோளில் தூக்கிச் சுமக்கிற வன்மை கலந்த கம்பீரத்தோடும் திகழ்கின்றன. இதை வைத்து, அவரை ஒரு பெண் என்று வாதிடுகிறவர்கள் உண்டு. அதனால்தான், அவரால் பெண்களின் மன உணர்வுகளைத் தெளிவாகக் காட்சிப்படுத்தமுடிந்ததாம்.

ஷேக்ஸ்பியர் நிஜத்தில் ஒரு பெண்ணாக இருந்திருக்கலாம் என்று நம்புகிறவர்கள், அவர்தான் எலிஸபெத் ராணி என்றுகூட சொல்கிறார்கள். அதாவது, இங்கிலாந்தின் ராணியாகிய எலிஸபெத், மேற்சொன்னதுபோன்ற ஏதோ காரணத்துக்காக, தான் எழுதிய நூல்களைத் தனது

பெயரில் வெளியிட்டுக்கொள்ளாமல், 'ஷேக்ஸ்பியர்' என்கிற புனைபெயரில் வெளியிட்டுவிட்டாராம்.

இதுபோல், நிஜ ஷேஸ்பியர் யாராக இருக்கக்கூடும் என்பதைப்பற்றிய ஏகப்பட்ட வதந்திகள் உண்டு. அவை எல்லாவற்றையும் இங்கே பட்டியலிட்டால் தலை சுற்றி மயக்கம் வருவது நிச்சயம்.

இந்தக் குழப்பத்திற்கெல்லாம் முக்கியமான காரணம், ஷேக்ஸ்பியர் காலத்தில் மருத்துவமனைகள், தேவாலயங்கள், பள்ளிகள், நீதிமன்றங்கள், நாடகக் குழுக்கள் உள்ளிட்ட அரசு மற்றும் தனியார் நிறுவனங்களின் ஆவணங்கள் முழுமையாகப் பதிவுசெய்யப்படவில்லை. போதாக்குறைக்கு, இவர்தானா அவர் என்று ஒப்பிட்டுப் பார்த்துக்கொள்வதற்கு, ஒரு புகைப்படமோ, ஓவியமோகூட அப்போது இல்லை.

இதனால், ஷேக்ஸ்பியரைப்பற்றி ஏராளமான குறிப்புகள் நமக்குக் கிடைத்திருந்தாலும், அந்தக் குறிப்புகளில் சொல்லப்படுகிறவர்கள் எல்லோரும் ஒரே ஆசாமிதானா என்று உறுதிசெய்வதற்கு வழியில்லாமல்போய்விட்டது.

புகைப்படம்தான் இல்லை. வெவ்வேறு இடங்களிலுள்ள அவருடைய கையெழுத்தையாவது ஒப்பிட்டுப்பார்த்து முடிவுசெய்யமுடியாதா?

அங்கேதான் இன்னொரு பிரச்னை. இன்றுவரை, ஷேக்ஸ்பியர் எழுதிய கையெழுத்துப் பிரதி என்று பெரிதாக எதுவும் நம் கைக்குக் கிடைக்கவில்லை.

கேட்பதற்கு வேடிக்கையாக இருந்தாலும், இதுதான் உண்மை. உலகமெங்கும் பல்வேறு நாடுகளைச் சேர்ந்த ரசிகர்களால் விரும்பிப் படிக்கப்படுகிற ஷேக்ஸ்பியர் நாடகங்கள் அனைத்துமே, இரண்டாம் நிலைப் பிரதிகளின்வழியே அச்சானவைதான். ஷேக்ஸ்பியரின் கையால் எழுதப்பட்ட நாடகப் பிரதி என்று எதுவுமே இப்போது நம்வசம் இல்லை.

இதனால், ஷேக்ஸ்பியரின் சொந்தக் கையெழுத்தைப் பார்க்கவேண்டுமானால், அதற்கு மிகச் சில ஆவணங்கள்தான் உள்ளன - அவரது உயில், சில நீதிமன்றக் குறிப்புகள், இவைதவிர, ஒரே ஒரு நாடகத்தின் கையெழுத்துப் பிரதி கிடைத்திருக்கிறது, ஆனால் அதில் நான்கைந்து பக்கங்கள்மட்டுமே ஷேக்ஸ்பியரால் எழுதப்பட்டிருப்பதாகத் தெரிகிறது.

மற்றபடி, ஆண்டுக்கு இரண்டாக அவர் எழுதிக் குவித்த புகழ்பெற்ற நாடகங்கள், நீண்ட கவிதைகள், சானெட்கள் எவற்றின் கையெழுத்துப் பிரதியும் நமக்குக் கிடைக்கவில்லை.

இங்கேதான் இன்னொரு விவகாரமான சந்தேகம் பிறக்கிறது. ஷேக்ஸ்பியர் பிறந்து மூன்று நாள் கழித்து அவருக்கு ஞானஸ்நானம் செய்த குறிப்புகூட பத்திரமாகக் கிடைத்துவிட்டது. ஆனால், அதன்பிறகு பல ஆண்டுகள் கழித்து அவர் எழுதிய பிரதிகள்மட்டும் மொத்தமாகத் தொலைந்துவிட்டது என்று சொன்னால் எப்படி?

அதுமட்டுமில்லை, வில்லியம் ஷேக்ஸ்பியர் எழுதிய உயிலிலும், தனது நாடகப் பிரதிகளைப்பற்றி அவர் ஒரு வரிகூட குறிப்பிடவில்லை.

அந்தக் காலத்தில் எழுத்தாளர்கள் யார் உயில் எழுதினாலும், தங்களின் படைப்புகளின் மூலப் பிரதி உரிமை யாருக்குச் சேரவேண்டும் என்று தெளிவாகச் சொல்லியிருப்பார்கள். ஆசிரியரின் சொந்தக் கையெழுத்தில் அமைந்த ஒரிஜினல் பிரதிக்கு அப்படி ஒரு மதிப்பும் மரியாதையும் இருந்தது.

வாழ்நாளெல்லாம் நாடகத்துக்காகவே வாழ்ந்த ஒரு மனிதர், தனது நாடகங்களின்மூலம் ஏராளமான புகழும் பணமும் சேர்த்துக்கொண்ட ஆசிரியர், உயில் எழுத உட்காரும்போது, தன்னுடைய மரணத்துக்குப்பின் தனது நாடகப் பிரதிகள் யாருக்குச் சேரவேண்டும் என்று ஒரு விநாடி நினைத்திருக்கமாட்டாரா? அவற்றின் தரம் தெரியாத யாரிடமேனும் அந்தப் பிரதிகள் சிக்கிச் சீரழிந்துவிடுமோ என்று

கவலைப்பட்டிருக்கமாட்டாரா? வீடுகள், நிலங்கள், பெட்டி, படுக்கை, கடைசித் துணுக்கு பணம்வரை இன்னாருக்கு இன்னது என்று பிரித்து எழுதியவர், தனது நாடகப் பிரதிகளைப்பற்றி எதுவுமே குறிப்பிடாதது ஏன்?

இந்தச் சந்தேகத்தின் அடிப்படையில்தான், ஸ்ட்ராட்ஃபோர்ட்காரரான ஷேக்ஸ்பியரும் புகழ்பெற்ற நாடக ஆசிரியர் ஷேக்ஸ்பியரும் ஒருவரல்ல என்கிற வாதம் எழுந்துள்ளது. இல்லையென்றால், அவர் மாய்ந்து மாய்ந்து எழுதிய பிரதிகளெல்லாம் எங்கே போனது?

நியாயமான இந்தக் கேள்விக்கு, சில சுமாரான விளக்கங்கள் சொல்லப்படுகிறது. முதலாவதாக, 1613ல் 'தி க்ளோப்' அரங்கில் ஏற்பட்ட தீ விபத்தில், ஷேக்ஸ்பியரின் நாடகப் பிரதிகள் அனைத்தும் எரிந்துபோயிருக்கலாம் என்று நம்பப்படுகிறது.

1599ல் 'தி க்ளோப்' திறக்கப்பட்டதிலிருந்தே, அதில் ஷேக்ஸ்பியரின் நாடகங்கள்தான் அதிகமாக நடைபெற்றிருக்கின்றன. தவிர, அந்த அரங்கில் அவருடைய சொந்த முதலீடும் இருந்தது என்பதால், அங்கேயே அவர் ஓர் அலுவலகம் வைத்துக்கொண்டிருக்கலாம். 1613ம் ஆண்டுவாக்கில், அநேகமாக ஷேக்ஸ்பியரின் எல்லா நாடகங்களும் எழுதி முடிக்கப்பட்டுவிட்டதால், அவற்றின் கையெழுத்துப் பிரதிகள் அனைத்தையும் அவர் அந்த அலுவலகத்தில் பத்திரமாக வைத்திருக்க வாய்ப்புகள் உண்டு. அப்படியானால், தீ விபத்தில் 'தி க்ளோப்' முழுமையாகச் சேதமடைந்தபோது, ஷேக்ஸ்பியரின் நாடகங்களும் தீக்கு இரையாகியிருக்கும்.

இதேபோல், பிரபலமான இன்னொரு ஊகம் - 1623ம் ஆண்டு, ஷேக்ஸ்பியர் மரணமடைந்து ஏழு ஆண்டுகளுக்குப்பின், அவரது படைப்புகள் ஃபர்ஸ்ட் ஃபோலியோ (First Folio) என்னும் முழுத்தொகுப்பாக வெளிவந்தது. மிகச் சிறப்பாகப் பதிப்பிக்கப்பட்ட இந்தத் தொகுப்புக்குப்பின், ஒரிஜினல் நாடகப் பிரதிகள் எவையும் அவசியமில்லை என்று கருதி அழிக்கப்பட்டிருக்கலாம் என்று சிலர் சொல்கிறார்கள்.

இப்படிப் பல விளக்கங்கள் சொல்லப்பட்டாலும், நிஜமான ஷேக்ஸ்பியர் யார் என்கிற கேள்வி இன்றுவரை பலருக்கு இருக்கிறது. இதற்கான பதிலை அலசி, ஆராய்ந்து, கன்னாபின்னாவென்று ஊகங்களைக் கலந்து ஏராளமான கட்டுரைகள், புத்தகங்கள் எழுதப்பட்டுள்ளன.

இதெல்லாம் சும்மா வேலையற்றவர்களின் வாதம் என்றும் ஒதுக்கிவிடமுடியாது. பல தீவிர வாசகர்கள், விமர்சகர்கள், எழுத்தாளர்களுக்குக்கூட இந்தச் சந்தேகம் உள்ளது. உதாரணமாக, பிரபல எழுத்தாளர் மார்க் ட்வைன் *(Mark Twain), 'Is shakespeare dead'* என்ற தலைப்பில் ஒரு சுவாரஸ்யமான புத்தகம் எழுதியுள்ளார். பல சந்தேகங்கள், கேள்விகளை முன்வைத்து, ஒரு கைதேர்ந்த வழக்கறிஞர்போல ஒவ்வொன்றாகத் தனது வாதங்களை அடுக்கி, ஷேக்ஸ்பியர் நிஜமாகவே அத்தனை எழுதி, அத்தனை புகழ் பெற்றாரா என்று கேள்வி எழுப்புகிறார் மார்க் ட்வைன். (இந்தப் புத்தகம் இணையத்தில் இலவசமாகக் கிடைக்கிறது: *http://promo.net/pg)*

ஷேக்ஸ்பியரின் நாடகப் பிரதிகள்தான் எப்படியோ அழிந்துவிட்டன. ஆனால், அவர் எழுதிய வேறு உருப்படியான விஷயங்கள் எதுவுமே நமக்குக் கிடைக்கவில்லையே. ஏன்? கிட்டத்தட்ட நான்கு நூற்றாண்டுகளாகத் தேடியும், அட்லீஸ்ட், அவர் எழுதிய ஒரு கடிதாசிகூட தட்டுப்படவில்லையே. ஏன்?

இதுவும் ஒரு முக்கியமான கேள்வி. அந்தக் காலத்தில் தொலைதூரத் தகவல் தொடர்புக்கான ஒரே வழி, கடிதங்கள்தான். ஆனால், ஷேக்ஸ்பியர் எழுதிய கடிதம் என்று எதுவுமே நமக்குக் கிடைக்கவில்லை. அவரோடு பழகியவர்கள் யாருக்குமே அவர் கடிதங்கள் எழுதியதில்லையா? ஏன்?

இதேபோன்ற இன்னொரு கேள்வி, ஷேக்ஸ்பியர் அத்தனை புலமை மிக்கவராக இருந்திருந்தால், அவர் ஏன் தன்னைச் சுற்றியுள்ள யாரையுமே படிக்கவைக்கவில்லை? அவருக்குதான் இளமையில் வறுமை, படிக்கமுடியாமல்போய்விட்டது. அதன்பிறகு லண்டனில் நன்கு சம்பாதித்த ஷேக்ஸ்பியர், தமது

மகன், மகள்களையாவது நன்றாகப் படிக்கவைத்திருக்கலாமே.

அந்தக் காலத்திலேயே மிகப் புகழ்பெற்ற நாடக ஆசிரியரான ஷேக்ஸ்பியர் இறந்தபோது, அது வெறும் செய்தியாகமட்டுமே பதிவாகியிருக்கிறது. நாடகத்துறை ஒரு பெரிய பொக்கிஷத்தை இழந்துவிட்டது என்று பெரிய மனிதர்கள், எழுத்தாளர்கள் யாருமே இரங்கல் குறிப்புகளோ, சோகக் கவிதைகளோ எழுதியிருப்பதாகத் தெரியவில்லை, லண்டனிலிருந்து யாருமே அவருடைய இறுதிச் சடங்குக்கு வந்ததாகக்கூட தெரியவில்லை. அப்படியென்றால், அவர் பிரபலமான நாடக ஆசிரியர் என்று சொல்லப்படுவது எந்த அளவுக்கு உண்மை.

இப்படியாக, ஷேக்ஸ்பியரின் நாடகங்களில் நாம் காணும் மர்ம முடிச்சுகளுக்குக் கொஞ்சமும் குறைச்சலில்லாமல், அவரைப்பற்றிய ஏராளமான சர்ச்சைகள் உலவுகின்றன. ஏனெனில், நமக்குக் கிடைத்துள்ள வில்லியம் ஷேக்ஸ்பியரின் வாழ்க்கைக் குறிப்புகளைப் புரட்டும்போது, இங்கே ஒன்றும், அங்கே ஒன்றுமாகதான் சம்பவங்கள் தட்டுப்படுகின்றன. தொலைதூரப் புள்ளிகளை இணைத்துக் கோலம் வரைவதுபோல், மற்றவற்றை நமது ஊகங்கள், கணிப்புகளால்தான் நிரப்பவேண்டியிருக்கிறது. இதனால்தான், அப்படி ஒருவர் வாழ்ந்ததே கற்பனையாக இருக்குமோ என்கிற சந்தேகங்கள் எழுந்துள்ளன.

ஆனால், இந்த வாதங்களுக்கு நேர் எதிராக, ஷேக்ஸ்பியர் நிஜமாகவே வாழ்ந்திருக்கிறார், அவர்தான் இந்த நாடகங்களையெல்லாம் எழுதியவர் என்று திடமாக நம்புகிறவர்கள்தான் அதிகம்.

ஷேக்ஸ்பியரின் சில நாடகங்களை எழுதுவதில், சக எழுத்தாளர்கள் அவருக்கு உதவியிருக்கலாம். மற்றபடி, எல்லாவற்றையும் இன்னொருவர் எழுதினார் என்றோ, பலர் எழுதியவற்றை அவர் பெயரில் தொகுத்தார்கள் என்றோ சொல்வது சரியாகாது என்கிறார்கள் இவர்கள். ஏனெனில், ஷேக்ஸ்பியரின் எல்லா நாடகங்களிலும் தெரிகிற அவருடைய

கம்பீரமான ஆளுமையையும் மொழிநடையையும், அவரது தொடர்ந்த வாசகர்கள் சுலபமாகக் கண்டுபிடித்துவிடலாம்.

இவர்கள் முன்வைக்கிற முக்கியமான வாதம், ஷேக்ஸ்பியர் வாழ்ந்த காலத்தில், பல இலக்கியக் கட்டுரைகளில் அவருடைய பெயர் சிறப்பாகக் குறிப்பிடப்பட்டிருக்கிறது, பாராட்டப்பட்டிருக்கிறது, சிலரால் திட்டப்பட்டுமிருக்கிறது.

உதாரணமாக, ஷேக்ஸ்பியரின் சமகாலத்தவராகிய நாடக ஆசிரியர் பென் ஜான்ஸன், 'ஷேக்ஸ்பியர் எல்லாக் காலங்களுக்கும் உரியவர்!', என்று வியந்துள்ளார். இதேபோல், சக நடிகர்கள், எழுத்தாளர்கள் பலரும் அவரைச் சிலாகித்துப் பேசியிருக்கிறார்கள். அவரும் தனது உயிலில் நாடகத்துறையோடு தொடர்புடைய பல நண்பர்களைக் குறிப்பிட்டிருக்கிறார். அவர் மறைந்த சில ஆண்டுகளுக்குள், அவருடைய எல்லா நாடகங்களும் சிறப்பான முறையில் தொகுக்கப்பட்டுள்ளன.

இதையெல்லாம் வைத்துப் பார்க்கும்போது, வில்லியம் ஷேக்ஸ்பியர் நிஜத்தில் வாழ்ந்து, நாடகங்களை எழுதிப் புகழ்பெற்றவர்தான், கற்பனைக் கதாபாத்திரம் அல்ல என்று சொல்லமுடியும்.

ஷேக்ஸ்பியர் மறைந்து பல ஆண்டுகள்வரை, இதில் எந்தக் குழப்பமும் இல்லை. அதன்பிறகு உண்டாக்கப்பட்ட சில சர்ச்சைகள்தான் இப்போது 'யார் இந்த ஷேக்ஸ்பியர்?', என்று கேள்வியாகத் துளிர்த்து நிற்கிறது. ஷேக்ஸ்பியர் காலத்தில் ஆவணங்கள் ஒழுங்காகத் தொகுக்கப்படாததால், இந்த ஊகங்களும் பலமாக வளர்ந்துவிட்டன. (ஆக்ஸ்ஃபோர்டைச் சேர்ந்த எட்வர்ட் டி வெரே என்பவர்தான் நிஜ ஷேக்ஸ்பியர் என்று நம்பும் இயக்கம், இன்றுவரை சுறுசுறுப்பாக இயங்கிக்கொண்டிருக்கிறது!)

சுருக்கமாகச் சொல்வதானால், நிஜத்தில் ஷேக்ஸ்பியர் என்பவர் யார், அவர் பெயரில் வெளியாகியுள்ள இத்தனை நாடகங்களையும் உண்மையில் எழுதியவர் அவர்தானா என்கிற

கேள்விகள் இன்னும் உயிரோடுதான் இருக்கின்றன. இந்த விஷயத்தில் இதுதான் உண்மை என்று யாராலும் அடித்துச் சொல்லமுடியாது.

என்றாலும், பெரும்பான்மை அறிஞர்களின் கருத்துப்படி, இந்தப் புத்தகத்தில் நாம் இதுவரை பார்த்த ஸ்ட்ராட்ஃபோர்ட் ஷேக்ஸ்பியர்தான் உண்மையான ஷேக்ஸ்பியர் என்று பொதுவாக நம்பப்படுகிறது. மற்ற ஊகங்கள் எல்லாம், இப்போதைக்கு வெறும் வதந்திகளாகமட்டுமே மதிக்கப்படுகின்றன.

௯

திரை

வில்லியம் ஷேக்ஸ்பியரைப் பற்றிய ஏராளமான வதந்திகளில் ஒன்று, அவர் பயங்கரமாகக் குடிப்பார் என்கிறது. இந்தத் தகவல் எந்த அளவுக்கு உண்மை என்று தெரியவில்லை. ஆனால், அவர் தினசரி தண்ணீருக்குப் பதிலாக ஒயின்தான் அருந்துவார் என்றுகூட வதந்திகள் உண்டு.

இப்படி ஏராளமாகக் குடித்ததால்தான், ஐம்பது வயதுக்குள் ஷேக்ஸ்பியர் ரொம்பவே தளர்ந்துவிட்டார் என்று சொல்கிறார்கள். என்றாலும், 1613ம் ஆண்டிலிருந்து ஸ்ட்ராட்ஃபோர்டில் ஓய்வு எடுத்துக்கொண்டிருந்த காலத்தில்கூட, தனியாகவும் நண்பர்களோடும் அவர் தொடர்ந்து குடித்துக்கொண்டுதான் இருந்தாராம்.

அப்படியொரு தீர்த்தவாரிதான், அவருடைய உயிருக்கே எமனாகிவிட்டது என்று கேள்வி!

1616ம் ஆண்டு ஏப்ரல் மாதம். அடுத்த ஒன்றிரண்டு நாள்களுக்குள் ஷேக்ஸ்பியரின் பிறந்த நாள் வரப்போகிறது. அதைக் கொண்டாடுவதற்காகத்தானோ என்னவோ,

நண்பர்கள் சிலரோடு சேர்ந்து ஷேக்ஸ்பியர் நன்றாகக் குடித்துக்கொண்டிருந்தாராம்.

மறுநாள்தொடங்கி, அவருடைய உடல்நிலை மோசமாகிவிட்டது. சாதாரணக் காய்ச்சல்போல் தொடங்கி, சீக்கிரத்திலேயே ஆபத்தான நிலைக்குச் சென்றுவிட்டார் ஷேக்ஸ்பியர்.

வழக்கமாக ஷேக்ஸ்பியரின் உடல்நிலையைக் கவனிக்கிற அவரது மருமகன் டாக்டர் ஜான் ஹால்தான், இந்தமுறையும் அவருக்குச் சிகிச்சை செய்தார். ஆனால், சிகிச்சை பலனளிக்காமல், ஏப்ரல் 23ம் தேதி மரணமடைந்தார் ஷேக்ஸ்பியர்.

வில்லியம் ஷேக்ஸ்பியரின் பிறப்பில் தொடங்கிய சர்ச்சை, அவருடைய இறப்பின்போதும் தொடர்ந்தது. மேற்சொன்னதுபோல், கண்மண் தெரியாமல் குடித்துதான் ஷேக்ஸ்பியர் இறந்துபோனார் என்று சிலரும், அவருடைய மரணம் சாதாரணமானது, இயற்கைக் காரணங்களால் ஏற்பட்டதுதான் என்று மற்றவர்களும் சொல்கிறார்கள். காரணம் எதுவானாலும், ஏப்ரல் 23ம் தேதி ஷேக்ஸ்பியர் மரணமடைந்தது மட்டும் உண்மை.

சுவாரஸ்யமான பல நாடகங்களின் ஆசிரியரான ஷேக்ஸ்பியரின் மரணம், இன்னொரு நாடகத்தனமான, ஆனால் காவியத்தன்மை நிறைந்த ஊகத்துக்குக் காரணமானது - ஏப்ரல் மாதத்தில், அவர் பிறந்த தேதி யாருக்கும் நிச்சயமாய்த் தெரியாத நிலையில், அவரது இறந்த தேதியையே, பிறந்த தேதியாக ஊகிக்கிறார்கள், இன்றுவரை!

ஷேக்ஸ்பியரின் இறுதிச் சடங்குகள், ஸ்ட்ராட்ஃபோர்டிலேயே நடைபெற்றன. அவருடைய கல்லறையில் கீழ்காணும் வாசகம் பொறிக்கப்பட்டது:

Good friend, for Jesus sake forbeare
To digg the dust enclosed here!
Blest be ye man that spares thes stones
And curst be he that moues my bones.

அதாவது, 'தயவுசெய்து என் கல்லறையைத் தோண்டாதீர்கள். அப்படித் தோண்டாவிட்டால், உங்களுக்குப் புண்ணியம். தோண்டினால், சாபம்!'

இப்படியொரு வேடிக்கையான வாசகத்தைக் கல்லறையில் எழுதவேண்டிய அவசியம் என்ன என்று யோசிக்காதீர்கள். வதந்தி ராஜாக்கள் அதற்கும் ஒரு கட்டுக்கதை வைத்திருக்கிறார்கள்.

ஷேக்ஸ்பியர் எழுதி, இதுவரை பிரசுரமாகாத பல படைப்புகளை, அவரோடு சேர்த்துப் புதைத்துவிட்டார்களாம். அதையெல்லாம் யாரும் தேடிக் கண்டுபிடித்துவிடக்கூடாது என்பதற்காகவே, இப்படியொரு கல்லறைச் செய்தியை ஷேக்ஸ்பியரே தயாராக எழுதிவைத்திருந்தாராம்!

நல்லவேளையாக, பின்னாள்களில் சார்லி சாப்ளினின் கல்லறையைத் தோண்டி பிணத்தைக் கடத்திய திருடர்களைப்போல, இந்த வதந்தி உண்மையா, பொய்யா என்று சரிபார்ப்பதற்காக, யாரும் ஷேக்ஸ்பியரின் கல்லறையைத் தொந்தரவு செய்யவில்லை. (கல்லறைமீது எழுதியிருந்த வாசகத்தைப் படித்து பயந்துவிட்டார்களோ, என்னவோ!)

ஷேக்ஸ்பியருக்கும் அவருடைய மனைவி ஆனிக்கும் ஏகப்பட்ட கருத்துவேறுபாடுகள் இருந்ததாகவும், அவர்கள் சந்தோஷமாகச் சேர்ந்து வாழவே இல்லை என்றும் பலர் சொல்கிறார்கள். என்றாலும், இறுதிவரை அவர்கள் தம்பதிகளாகவே வாழ்ந்தது உண்மை. ஷேக்ஸ்பியர் இறந்து ஏழு வருடங்களுக்குப்பின், 1623ம் ஆண்டில் மரணமடைந்தார் ஆனி.

இதே ஆண்டில்தான், முதன்முதலாக, ஷேக்ஸ்பியரின் படைப்புத்திறனை உலகத்தினர்முன் பெருமையோடு பறைசாற்றிய ஒரு நூல் வெளியானது.

'ஃபர்ஸ்ட் ஃபோலியோ', என்று செல்லமாக அழைக்கப்படும் இந்த நூல், கிட்டத்தட்ட வில்லியம் ஷேக்ஸ்பியரின் எல்லா நாடகங்களையும் (36 நாடகங்கள்) உள்ளடக்கியிருந்தது. இவற்றில் சரிபாதி நாடகங்கள், முதன்முதலாக அச்சேறுகின்றன.

ஷேக்ஸ்பியரின் உருவப்படம் முதன்முறையாக அச்சானதும் இந்த நூலில்தான்.

அற்புதமான இந்த நூலைத் தொகுத்தவர்கள், ஷேக்ஸ்பியரின் குழுவில் சக நடிகர்களான ஜான் ஹெமிங்ஸ் *(John Heminges)*, மற்றும் ஹென்றி கண்டெல் *(Henry Condell)* என்ற இருவர்.

'மறைந்த நடிகர், நாடக ஆசிரியர் ஷேக்ஸ்பியரின் நினைவாக' என்னும் குறிப்புடன் வெளிவந்த இந்தத் தொகுப்பு, அந்தக் காலத்திலேயே ரொம்ப அதிக விலைக்கு விற்கப்பட்டது. என்றாலும், சில ஆண்டுகளுக்குள், எல்லாப் பிரதிகளும் விற்றுத் தீர்ந்து, இரண்டாம் பதிப்பு வெளியிடவேண்டியிருந்தது. அப்படியானால், மக்கள்மத்தியில் ஷேக்ஸ்பியருக்கு இருந்த மரியாதையையும் கவனத்தையும் ஊகிக்கலாம்.

அபூர்வமான தொகுப்பாகிய இந்த 'ஃபர்ஸ்ட் ஃபோலியோ' புத்தகம், இப்போது உலகம் முழுவதும் 250 பிரதிகள்தான் மிச்சமிருக்கிறதாம் - பழம்பொருள் சேகரிப்பாளர்கள், இந்தப் புத்தகத்தின் இப்போதைய மதிப்பை, சுமார் மூன்று மில்லியன் அமெரிக்க டாலர்கள் என்று கணித்துள்ளனர் - நம் ஊர் மதிப்பில், கிட்டத்தட்ட பதினைந்து கோடி ரூபாய்!

பழம்புத்தகத்துக்கு விலை நிர்ணயித்தது ஒருபக்கமிருக்கட்டும். நான்கு நூற்றாண்டுகளைக் கடந்து நிற்கிற ஷேக்ஸ்பியரின் படைப்பாக்கங்களை, அப்படிச் சுலபமாக மதிப்பிட்டுவிட முடியாது. வாசித்து, வியக்கவும் வசப்படவும்தான் முடியும்.

நன்றி

இந்நூலின் உருவாக்கத்தில் உதவிய நூல்கள்:

- Shakespeare and the nature of man - Theodore Spencer - Collier Books - 1974
- The Complete Works of William Shakespeare - William Shakespeare - Project Gutenberg - 1994
- Tales from Shakespeare - Charles & Mary Lamb - Penguin Books - 1995
- Groats-worth of Witte - Robert Greene - 1592
- Is Shakespeare Dead? - Mark Twain - Project Gutenberg - 2000
- Who Wrote Shakespeare? - John Michell - Thames and Hudson - 1996
- அசோகமித்திரன் கட்டுரைகள் - நூல் 1 & 2 - கிழக்கு பதிப்பகம் - 2004
- இந்திரா பார்த்தசாரதி நாடகங்கள் / இறுதி ஆட்டம் - ராஜராஜன் பதிப்பகம் - 2000

கட்டுரைகள்:

- Shakespeare, William - John Russell Brown & Terence John Bew Spencer - Encyclopedia Britannica
- William Shakespeare - Edmund Malone - Encyclopedia Britannica
- Shakespeare of Stratford - Mabillard, Amanda - Shakespeare Online
- What Did Shakespeare Look Like? - Catherine M.S. Alexander - From http://www.shakespeare.org.uk
- Shakespeare and the Globe Theatre - Andrew Gurr - Encyclopedia Britannica
- Blackfriars Theatre - Amanda Mabillard - From http://www.about.com
- Performance in Shakespeare's Theatre - Alvin Kernan - Encyclopedia Britannica
- Shakespeare and the early modern english theatre - Leigh T. Denault - From http://www.watson.org
- Shakespeare and Opera - Chantal Miller-Schutz - Encyclopedia Britannica
- Shakespeare's Last Will & Testament - William Shakespeare - From Shakespeare Resource Center
- William Shakespeare - Petri Liukkonen - Literature Post
- Candidates for Shakespeare - William Stanley - From http://www.shakespeareidentity.co.uk
- The life of Ben Jonson - Richard Garnett and Edmund Gosse, Eds - From "English Literature: An Illustrated Record" / http://www.luminarium.org

மற்ற செய்திகள் / குறிப்புகள் / (ஆசிரியர் பெயர் குறிப்பிடப்படாத) கட்டுரைகள் :

- Shakespeare - Encyclopedia Britannica (1777-84)
- In Search of Shakespeare - From http://www.pbs.org/shakespeare

- The Life and Times of William Shakespeare - From http://www.onlineshakespeare.com
- Outline of Shakespeare's Life - From http://www.shakespeare.org.uk/
- A Beginner's Guide to the Shakespeare Authorship Problem - From http://www.shakespeare-oxford.com
- 100 Greatest Britons - BBC - 2002
- Shakespeare's Globe - From Shakespeare Resource Center
- William Shakespeare: Life Facts and Timeline - From http://www.william-shakespeare.info
- Lord Chamberlain's Men - From http://shakespeare.palomar.edu
- Lord Strange's Men - Encyclopedia Britannica

வலைத்தளங்கள் :

- http://www.pbs.org/shakespeare
- http://www.onlineshakespeare.com
- http://www.shakespeare-online.com
- http://www.bardweb.net
- http://www.shakespeare.org.uk
- http://absoluteshakespeare.com
- http://www.shakespeares-globe.org
- http://www.william-shakespeare.info
- http://shakespeare.palomar.edu
- http://www.shakespeare-oxford.com
- http://www.shakespeareidentity.co.uk
- http://www.luminarium.org

தெளிவான எழுத்தும் ஆழமான ஆய்வும் நிறைந்த நூல்களுக்காகத் தமிழ் வாசகர்களிடையில் நன்கு அறியப்பட்டுள்ள என். சொக்கன் புனைவு, வாழ்க்கை வரலாறு, நிறுவன வரலாறு, தன்னம்பிக்கை, சிறுவர் இலக்கியம் உள்ளிட்ட துறைகளில் இதுவரை எழுபதுக்கும் மேற்பட்ட நூல்கள், நூற்றுக்கணக்கான கதைகள், கட்டுரைகளை எழுதியுள்ளார். விரிவான ஆய்வுகள், சான்றுகளின் அடிப்படையிலான ஆழமான வரலாற்று நூல்களைத் தமிழில் எழுத இயலும், அவற்றைப் பெரும்பான்மை வாசகர்களுக்குக் கொண்டுசேர்க்கவும் இயலும் என்பதைப் பலமுறை நிரூபித்த எழுத்து வகை இவருடையது.

தமிழ், ஆங்கிலம் ஆகிய இரு மொழிகளிலும் எழுதும் சொக்கனுடைய நூல்கள் ஹிந்தி, கன்னடம், மலையாளம் உள்ளிட்ட பல மொழிகளில் மொழிபெயர்ப்பாகியுள்ளன.

www.ingramcontent.com/pod-product-compliance
Lightning Source LLC
LaVergne TN
LVHW060142051026
849517LV00007B/2527
9789395222204